நான் காணாமல் போகும் கதை

நான் காணாமல் போகும் கதை

ஆனந்த் (பி. 1951)

கவிஞர், நாவலாசிரியர், மொழிபெயர்ப்பாளர். மனநல ஆலோசகராகவும் மனிதவள மேம்பாட்டுப் பயிற்சியாளராகவும் செயல்பட்டு வருகிறார்.

ராபர்ட்டோ கலாஸ்ஸோவின் 'க', டயான் ப்ரோகோவனின் 'மிஸ்டர் ஜூல்ஸுடன் ஒரு நாள்', யோஸே ஸரமாகோவின் 'அறியப்படாத தீவின் கதை' ஆகிய நூல்களையும் மொழிபெயர்த்திருக்கிறார்.

மின்னஞ்சல்: anandh51ad@gmail.com

ஆனந்த்

நான் காணாமல் போகும் கதை

காலச்சுவடு பதிப்பகம்

நான் காணாமல் போகும் கதை ✦ குறுநாவல் ✦ ஆசிரியர்: ஆனந்த் ✦ © கே. ஆனந்த் ✦ முதல் பதிப்பு: செப்டம்பர் 2003, மேம்படுத்தப்பட்ட மூன்றாம் பதிப்பு: டிசம்பர் 2020 ✦ வெளியீடு: காலச்சுவடு பப்ளிகேஷன்ஸ் (பி) லிட்., 669, கே.பி. சாலை, நாகர்கோவில் 629001

naan kaanaamal pokum katai ✦ Novelette ✦ Author: Anandh ✦ © K. Anandh ✦ Language: Tamil ✦ First Edition: September 2003, Improved Third Edition: December 2020 ✦ Size: Demy 1 x 8 ✦ Paper: 18.6 kg maplitho ✦ Pages: 128

Published by Kalachuvadu Publications Pvt. Ltd., 669, K.P. Road, Nagercoil 629001, India ✦ Phone: 91-4652-278525 ✦ e-mail: publications @kalachuvadu.com ✦ Printed at Compuprint Premier Design House, Chennai 600086

ISBN: 978-81-87477-46-4

12/2020/S.No. 975, kcp 2670, 18.6 (3) ass

சசிக்கு

மூன்றாம் பதிப்புக்கான முன்னுரை

அறியப்படாத ஓர் வாழ்க்கையின் கதை

'நான் காணாமல் போகும் கதை', மீண்டும் மீண்டும் படிக்கும்போதும் அனுபவம், புரிதலை வேறு வேறு பக்கங்களிலிருந்து திறக்கும் படைப்பாகும்.

இந்தக் கதையில் வரும் சொல்லிக்குப் பிரதேச ரீதியான, மொழி ரீதியான, பண்பாட்டு ரீதியான, பால் ரீதியான சில அடையாளங்களைச் சொல்ல முடியும். என்றாலும், இதுவரை நான் படித்த புனைவுகளில் பார்த்த பாத்திரங்கள் கொள்ளும் ரூபத்தை, ஆளுமையை ஒப்பிடும்போது, இந்தக் கதையில் வரும் சொல்லிக்கு நபர்த்தன்மைகள் மிகவும் குறைவு. புலப்படும் அந்தச் சொல்லியின் உடல், ஆளுமை அம்சங்களைக் கொஞ்சமாகக் குறைத்தால் போதும்; அந்த நபர் நானாகவும் நீங்களாகவும் பிரதிபலித்துவிடுவார்.

பகலும் இரவும் சதா; ஒளியும் இருளும் சதா; கனவும் நனவும் சதாவெனப் பேதமில்லாத வாழ்வு அவனுடையது. நனவிலிருந்து கனவுக்கு; மெய்யிலிருந்து மெய்சாராத இடத்துக்கு; வெளித்தெரிவதிலிருந்து தெரியாத இடத்துக்கு; அறியப்பட்ட சம்பவங்களிலிருந்து அறியப்படாததின் சம்பவமின்மையை நோக்கி அவனது போக்கும்

வரத்தும் நிகழ்கிறது. கிடைமட்ட, தரைத்தளப் புழக்கத்திலிருந்து செங்குத்து அனுபவங்களைத் தரும் மலைகளுக்குத் தொடர்ந்து பயணித்தபடி அவன் இருக்கிறான். அன்றாடம் என்னும் தரைத்தளத்தில் பயணித்து அவ்வப்போது சில தற்கணங்கள் முழுமையாக அவனுக்கு உணர்வதற்குக் கிடைக்கின்றன.

அலுவலக வளாகத்திலிருக்கும் நாகலிங்க மரத்தின் கீழே பறத்தலைப் பயில்கிறான். இப்படித்தான் அவன் காணாமல் போகும் அனுபவம் தொடங்குகிறது. கணநேரப் பறத்தல்களில் நபர் என்ற சட்டையைக் கழற்றும் அனுபவம், 'நான்' காணாமல் போகும் அனுபவம் அவனுக்குப் படிப்படியாகச் சாத்தியமாகத் தொடங்குகிறது. பிறகு பறத்தல் நிலைப்படுகிறது. இருத்தலும் பறத்தலும் ஒரு புள்ளியில் ஒன்றாகி இடமும் உயிர்த்திருப்பும், ஒரு புள்ளியில் குவிந்து அவன் ஒளிமலராகும் சாத்தியம் கடைசியாக நிகழ்கிறது.

இப்படியெல்லாம் சொல்லும்போது, அசாதாரணமாகவும் அற்புதமாகவும் இந்திரஜால நிகராகவும் தோன்றலாம். ஆனால், இந்த நாவல் அசாத்தியத்தில் அல்ல, சாத்தியத் தருணங்களில், மெய்மையில் நிலைகொண்டுள்ளது. அது அதிகம் புலப்படாத ஆனால் அதுவே மிக இயற்கையான மெய்நிலை.

இந்த அனுபவத்துக்குச் சென்ற சொல்லியின் முந்தைய நிலை இது. அவன் கண்கள் போல மனமும், நகுலன் சொல்வதைப் போலக் கண்ணாடியாகும் மாயமும் இனிமையான ருசியைக் கொண்ட மரணமும் நிகழ்கிறது. காண்பதும் காணப்படுவதும் வேறு வேறு அல்ல. புறம் அகமாகும் இடம் அது. மனமும் நபரும் அங்கே அனேகமாக இல்லை. அப்போது எல்லாமும் துல்லியமாகத் துலக்கமாகத் தெரியவும் கேட்கவும் தொடங்குகிறது. அப்போது நபர் மறைந்து மெய்தாண்டி வாழும் ஓர் உயிர், சுற்றிச் சகலத்தையும் அரவணைத்து அதுவாக ஆகிக்கொள்கிறது. அப்போது நாகலிங்க மரம் மரமாக அதன் ஒட்டுமொத்தக் கூந்தலையும், கிளைகள், வேர்கள் என்று பிரியாத உயிர்த்தன்மையுடன் தன் பிரகிருதியை அவனுக்குக் காண்பிக்கிறது. காகம் தன் மொத்த சொரூபத்தையும் அவன் முன்னர் நிகழ்த்துகிறது. அந்த அனுபவத்தில் அவன் மிகச் சாதாரணமான ஒரு விஷயத்தையே உரைக்கிறான். ஆனால், அதைச் சொல்வதற்கும் அதைக் கண்டுபிடிப்பதற்கும் எத்தனை காலம் ஆகியிருக்கிறது என்று வாசிப்பவனுக்குத் தோன்றுகிறது.

'காகம் மிகவும் அழகானதொரு கறுப்பு நிறப் பறவை'.

இந்த முடிவுக்கு இந்த உண்மைக்கும் இந்தத் தெளிவுக்கு இந்தப் பிரதிபலிப்புக்கு வருவதற்குத்தான் நமக்கு எத்தனை தடைகள், தடைச்சுவர்கள்.

o o o

மலைப்பயணங்கள் மட்டுமின்றி இந்த நாவலின் ஒவ்வொரு தருணத்தையும் மெய்நிகர் அனுபவமாக வாசகனுக்கும் ஆக்கி அழைத்துச்செல்லும் பிரயாசையை ஆனந்த் மேற்கொள்கிறார். கடல், கனவு வெளிகள் என எல்லா வழிகளிலும் அவருடன் பயணிக்கிறோம்.

ஆனந்த் தனது தொடக்ககாலப் படைப்பான 'இரண்டு சிகரங்களின் கீழே' குறுநாவலிலிருந்து மலைகள், மலையில் நடப்பது குறித்த குறிப்புகளைத் தொடர்ந்து எழுதிக்கொண்டே இருக்கிறார். அவரை நினைவுகூரக்கூடிய ஒட்டுமொத்தப் படிமம் என்றே நான் மலையைச் சொல்வேன். ஆனந்த் எழுதியதும் தமிழின் மிகச் சிறந்த கவிதைகளில் ஒன்றுமாகிய 'முதல் அம்பு' கவிதையிலும் அந்த முதல் அம்பு மலையுச்சியில்தான் கிடக்கிறது.

நான் முதல் அம்பு
பன்னெடுங்காலமாய்
இந்த மலையுச்சியில்
கிடக்கிறேன்

யார்மீதும் விரோதமற்ற
ஒருவன் வந்து
தன்வில்கொண்டு
என்னை
வெளியில் செலுத்துவானென.

அம்பு என்பதற்கு நாம் உருவகம் செய்திருக்கும் பயன் ரீதியான அர்த்தத்தை மறுக்கும் ஓர் அம்பு மலையுச்சியில் கிடக்கிறது. யார் மீதும் விரோதமற்ற ஒருவன் வில்லோடு வந்து தன்னை வெளியில் செலுத்த அந்த அம்பு காத்திருக்கிறது.

மலைக்குக் கீழே தரைத்தளத்தில் சமூகத்தளத்தில் அம்புக்கு இதுவரை நாம் கொடுத்திருக்கும் அர்த்தமும் வன்மமும் கொண்ட அம்பு இல்லை அது.

மலையுச்சியில் கிடக்கும் அந்த அம்பு முதல் அம்பு என்பதுதான் இன்னும் ஆச்சரியமானது. முதல் அம்பு பிறந்ததற்கான நியாயமும் அதற்குப் பிறகு வந்த அம்புகளுக்குமான அர்த்தமும் நியாயமும் வேறு என்று சொல்கிறது அந்தக் குறிப்பு.

அம்பின் அர்த்தமே விரோதமும் வன்மமும் என்ற புரிதலை மிக அமைதியாக இந்த முதல் அம்பு மறுக்கிறது.

ஏறப்போகும் எல்லா அர்த்தச் சுமைகளையும் அர்த்தங்களினால் ஏற்படப்போகும் ரத்தச்சுமைகளையும் போதத்துடன் விடுவித்துக்கொண்டு விரோதமற்ற ஒரு வில்லாளி தன் நாணில் ஏற்றுவதற்காகக் காத்திருக்கும் முதல் அம்பு அது.

அந்த முதல் அம்புதான் 'நான் காணாமல் போகும் கதை'யிலும் மனித அடையாளத்துடன் மலையேறிக் கொண்டிருக்கிறது. அந்த முதல் அம்புதான், இந்த நாவலின் இறுதியில் ஒளிமலராக வடிவெடுக்கிறது.

'நான் காணாமல் போகும் கதை'யிலும் மலை யாத்திரை பல உண்டு. கருப்பை வழி போலத் தென்படும் இருட்குகைப் பயணத்தில் தொடங்கிக் கழுகுக்குப் பயந்து ஒளியும் கனவுப் பயணம், வழி தொலையும் பயணம் எனப் பல பயணங்கள்.

காலத்துக்குச் சாட்சியாக ஆனால் காலத்துடனேயே நின்றுகொண்டிருக்காமல் சற்றே முகம் திருப்பி நிற்கும் மலைகளை, குன்றுகளை, அதிலிருக்கும் கற்களை வெவ்வேறான அதன் வடிவங்களை நோக்கி நம்மை நெருங்கிப் போகவைக்கிறார் ஆனந்த்.

மலைகள் ஒரு அபரிமிதமான வாழ்வை வைத்திருக்கின்றன; உங்களுக்குப் புலப்படாத உயிர்ப்பை வைத்திருக்கின்றன; உங்களுக்குத் தெரியாத ஒரு விசுவாசத்தை வைத்திருக்கின்றன என்று மலைகளைக் கொண்டு ஆனந்த் சொல்வதாகத்தான் நான் புரிந்துகொள்கிறேன். கடந்தது, கடப்பது, கடக்கும் என்ற நம்பிக்கை அது.

கோடிக்கணக்கான ஆண்டுகளாகக் குன்று உருவான பின்னர், வெடிவைத்துத் தகர்க்கப்பட்டுத் தெரியும் அதன் உள் கருங்கல் பகுதியில் இருக்கும் குளிர்ச்சியைத் தொட்டுக் காண்பித்து ஆனந்த் பரிச்சயப்படுத்துகிறார். இந்தக் கருங்கல்லை இதன் வாழ்வை யாரும் இதுவரை பார்க்கவில்லை. ஆமாம், இது புத்தம் புதியது. பளிச்சென்று நம்மை அதன் சருமம் பார்க்கிறது. அதனுள் ஓடும் நீரோட்டமும் ரேகைகளும் அகங்களும் உயிர்களும் எவ்வளவு?

அதைத் தொட்டுத் தடவும்போது நமக்கு எங்கே குளிர்கிறது? எதற்குக் குளிர்கிறது?

அது நபருக்கு மட்டுமா குளிர்கிறது? அதை நபர் மட்டுமா அறிகிறது?

அதேபோல நாவலின் இறுதியிலும் படிகள் முடிவடையாத கோபுரத்தில் தெரியும் ஆளுயர ஜன்னல்கள் ஒவ்வொன்றாகத் தோன்றும் காட்சிகளும் ஆனந்தின் பயணக் குறிப்புகள்தான். உச்சத்திலிருந்து அங்கே பார்க்கப்படும் காட்சியில் அந்தப் பெருவெளியில் அவன் நிரந்தரமாக இல்லாமல் ஆகிறான்.

நித்தியப் புதுமையும் நித்தியப் பழமையுமான உயிர் ஒன்று, உனக்கும் எனக்கும் வேறு வேறாகத் தெரியும் உயிர்களுக்கும் அப்பால் வசிப்பதன் தடையங்களை, அதன் மூச்சை உணரவைப்பதுதான் ஆனந்த் தொடர்ந்து செய்யும் முயற்சி. நபர்களுக்குப் பின்னாலிருக்கும் அந்த ஒருயிரை அடையாளப்படுத்தும் தருணங்களின் தொகுப்புதான் 'நான் காணாமல் போகும் கதை'.

நமது அன்றாட வாழ்க்கையில் அதிகம் பரிச்சயமாகாத அந்த உயிரை, பரிச்சயமாகாத ஒரு உயிர் வாழ்க்கையை அடையாளம் காண்பதற்கான ஒரு வழியாக இயற்கை இருக்கிறது. அந்த உயிருடன் முயங்கி இன்னொரு குடித்தனத்தை ஆரம்பிப்பதற்குக் கண்ணுக்குத் தெரியும் வழிவகைகளில் ஒன்றுதான் இயற்கை. அதற்குத்தான் ஒரு நபர் வெளியேயும் உள்ளேயும் அலைந்து திரியவேண்டியிருக்கிறது. இயற்கைதானே எனலாம். ஆனால், மிகத் தொலைவுக்கு நாம் வந்துவிட்டால் நெடுங்காலம் மறந்து இருந்துவிட்டால் நம் வீட்டையும் இயற்கையைப் போலத் தேடி அலையத்தானே வேண்டும்.

'நான் காணாமல் போகும் கதை'யிலும் கதைசொல்லி உள்ளேயும் வெளியேயும் அலைகிறான். பக்கவாட்டிலும் கிடைமட்டத்திலும் திரிகிறான். உடல், மலை என்னும் புலப்படும் நிலத்தில் புலப்படும் எதார்த்தத்தின் வழியாகவே நடந்துதான் அதிகம் புலப்படாத அந்தத் தீவை அடைகிறான்.

கிறிஸ்து ஒளியும் சத்தியமும் என்கிறார். ரூமி அதை நேசம் நேசம் என்கிறார். லாவோட்சு அதைக் காலியிடம் என்கிறார். நம்மையும் சேர்த்துக்கொண்ட இயற்கை என்று ஆனந்த் சொல்கிறாரோ என்று எனக்குத் தோன்றுகிறது. அறம், பாவம் என்ற அருங்கயிற்றால் கட்டப்படாத, ஆசிர்வாதம் – சாபம், அற்புதம் – விபரீதம் என்ற இருவேறாக இல்லாத இயற்கைதான் ஆனந்த் காட்டும் மலைகள் ஆகி நம் முன்னர் தெரிகின்றன.

ஆனந்த் அறிந்து அமர்ந்து இடமாகவும் இருப்பாகவும் ஆனதின் தடயங்கள் என்றே இந்த நாவலைச் சொல்வேன்.

இந்த நாவலைப்பற்றி எழுதும் சந்தர்ப்பம் எனது அலைச்சல்களைப்பற்றி நான் தொகுத்துக்கொள்வதற்கான உதவியும்கூட. எனது பிறந்தநாளன்று ஆனந்த் எனக்கு அளித்திருக்கும் பரிசு இது.

தீராத நன்றியுடன்
25.03.2020 ஷங்கர்ராமசுப்ரமணியன்

ஒரு சில வார்த்தைகள்

சொல்லுக்கு முன்னும் பின்னும், அதைச் சூழ்ந்தும், அதை ஊடுருவியும் நிற்கும் அமைதியைக் காட்டவே விழைகிறேன். ஆனால் அது முடியாத காரியம். என்னாலும் எழுத்தாலும் அதைச் செய்ய முடியாது. இது கூடிவருவது வாசகரை நம்பித்தான் இருக்கிறது. அந்த அமைதியைக் காணும் விழைவு வாசகருக்கும் இருக்கும் பட்சத்தில், அவர் பக்கமிருந்து சிறிது ஒத்துழைப்பு போதுமானது.

வேறொன்றுமில்லை.

சென்னை-41   ஆனந்த்
9.4.2003.

வாழ்நாள் முழுவதும் தொடர்ந்து காணாமல் போய்க்கொண்டிருக்கும் என் கதையை எப்படிச் சொல்வது என்பதுதான் எனக்குப் புரியவில்லை. முதலில் கணத்துக்குக் கணம் தோன்றி, இருந்து, காணாமல் போய்க்கொண்டிருந்தேன். ஒவ்வொரு கணத்திலும் நுழைந்து, பார்த்து, உடனே காணாமல் போவது முன்பு எனக்குப் பழக்கமாக இருந்தது.

பிறகு, காணாமல் போவதற்கு முன்னால் ஒரு கணத்தில் நான் கழிக்கும் காலம் அதிகரிக்க ஆரம்பித்தது. நொடிக்கணக்கிலிருந்து மணிக்கணக்காகி, பின் நாட்கணக்கிற்கு நீடிக்கத் தொடங்கியது. ஆனாலும் காணாமல் போவது என்னும் பழக்கம் நிற்காமல் இன்னும் தொடர்ந்து கொண்டேதான் இருக்கிறது.

ஒருபுறம் காணாமல் போய்க்கொண்டே இருந்தாலும் எப்படியோ நான் தொடர்ந்து இருந்துகொண்டும் இருக்கிறேன். இந்த விஷயம் எனக்கே முதலில் தெரியாது. தெரிந்த பிறகும் இது எப்படி என்று எனக்குப் புரியவில்லை. ஒரே நேரத்தில் இருந்துகொண்டும் காணாமல் போய்க்கொண்டும் நான் இருப்பதின் சாத்தியம் எனக்குப் புரியவேயில்லை. எப்படி இந்த இரட்டை நிலை என்று எனக்குப் பெரும் குழப்பமாகவே இருந்தது.

காலம் செல்லச் செல்ல இந்த விந்தை எனக்குப் புரியாமல் போனாலும் பழகிப் போயிற்று. ஆனால் நான் காணாமல் போவது தொடர்ந்தபடியேதான் இருந்தது. இப்போது அதில் சில மாற்றங்கள் தெரியத் தொடங்கின. நான் இருந்து, காணாமல் போகும் உலகங்களை அறியத் தொடங்கினேன்.

ஆரம்பத்தில் சில நொடிகளே நிலைத்த உலகத்தின் காலம் நீடிக்கத் தொடங்கியதும், அதுவரை வெறும் தனிக்காட்சிகளாய் இருந்த உலகம் நிகழ்வுகளாய் உருக்கொண்டு நிரம்பத் தொடங்கியது. காலம் செல்லச் செல்ல, தனி நிகழ்வுகள் தொடர்ச்சிகொள்ளத் தொடங்கின. கதைகள் உருவாக ஆரம்பித்தன.

சில விஷயங்கள் விசித்திரமாகத் தெரியத் தொடங்கின. ஒவ்வொரு கதையும் வெவ்வேறு காலச் சட்டகத்தில் நடக்கிறது. ஒரு கதைக்குள் காலத் தொடர்ச்சி இருந்தாலும் தனித்தனிக் கதைகளின் காலங்கள் தமக்குள் எவ்விதத் தொடர்பும் இல்லாமலேதான் இருக்கின்றன. சிலவற்றில் நான் சிறுவனாக இருக்கிறேன். மற்ற கதைகளில் வெவ்வேறு வயதைச் சார்ந்தவனாக. ஆனால் வரிசையில் இல்லை. சில கதைகளில் நான் வேறு யாரோவாகக்கூட இருப்பது அதிசயமில்லை. ஆனால் அந்த யாரோவும் ஒரு நானாகத்தான் இருக்கிறேன்.

எனக்குப் பத்து வயது. வீட்டுக்குள் இருக்கிறேன். வெளியே சென்றால் நண்பர்கள் அடித்துவிடுவார்கள் என்று நடுங்கிக் கொண்டிருக்கிறேன். இத்தனைக்கும் அவர்கள் யாருடனும் எனக்கு எந்தச் சண்டையும் இல்லை. முதல் நாள் இரு நண்பர்கள் தங்களுக்குள் அடித்துக்கொண்டார்கள். அவ்வளவுதான். இரண்டு நாட்களுக்கு வெளியில் செல்லப் பயம். அம்மா கடைக்குப் போகச் சொன்னதும் உடல்நிலை சரியில்லாதவன் போல நடித்துப் படுத்துக்கொள்கிறேன். அந்த இரண்டு நாளும் சரியாகத் தூங்கக்கூட இல்லை. மூன்றாம் நாள் எந்தக் காரணமும் இன்றி அந்த பயம் போய்விடுகிறது. வெளியே சென்று அந்த நண்பர்களுடன் பேசும்போது இவர்களைப் பற்றி ஏன் அவ்வளவு பயந்தேன் என்று ஆச்சரியமாக இருக்கிறது. கொஞ்ச நேரத்துக்குப் பிறகு தெரிகிறது, இரண்டு நாள் பயந்து கொண்டிருந்தவன் காணாமல் போய்விட்டான் என்று.

இன்னொரு சமயம் ஏழு வயது. காய்ச்சலுடன் படுத்துக் கொண்டிருக்கிறேன். மாலை மணி ஆறரை. வீட்டில் யாருமில்லை. அம்மா கோவிலுக்குப் போயிருக்கிறாள். மிகவும் தனியாக இருக்கிறது. இப்போது செத்துப்போய்விட்டால் ரொம்ப நேரத்துக்கு யாருக்கும் தெரியாமல் போய்விடுமே. தனியாக, யாரிடமும் சொல்லிக்கொள்ளாமல் போக வேண்டியிருக்கிறதே. சில நிமிடம்

பயமாக இருக்கிறது. அப்புறம் பயம் போய் மிகுந்த வருத்தமாக இருக்கிறது. வீடு முழுவதும் வருத்தம் பரவிக் கனத்து நிரம்பி வழிகிறது. அரை மணி நேரத்தில் அம்மா வந்து விடுகிறாள். அம்மா வரும் சத்தம் கேட்ட உடனேயே பயந்தவன், வருத்தப்பட்டவனைக் காணவில்லை. கொஞ்ச நேரத்தில் மறந்துகூடப் போய்விடுகிறது.

பதினைந்து வயது. காலையில் எழுந்ததிலிருந்தே உடம்பும் மனதும் ஒரு மாதிரியாக இருக்கிறது. குளித்துப் பள்ளிக்குப் புறப்பட்டுப் போகிறேன். பாடத்தில் மனம் பதியவேயில்லை. காரணமே இல்லாமல் ரொம்ப துக்கமாக இருக்கிறது. துக்கம் ஏற்படுவதற்குக் காரணம் இருக்கும் போதெல்லாம்கூட துக்கம் வருவதில்லை. ஒரு காரணமும் இல்லாமல் தாங்க முடியாத துக்கம் மனத்தைப் பிசைகிறது. யாருடனும் பேசப் பிடிக்கவில்லை. விளையாடப் பிடிக்கவில்லை. மாலைக்குள் மனம் மிகவும் கனத்துப் போகிறது. காற்றுப்போல் லேசாக இருக்கும் மனம், உறைந்துபோன ஈயம் போல் கனக்கிறது. தலையில் பெரிய பாரத்தைத் தூக்கி வைத்தது போல் இருக்கிறது. இரண்டு நாள், மூன்று நாள் அப்படியே இருக்கிறது. நான்காம் நாள் காலையில் விழித்தெழுந்து, பல் தேய்த்து, காபி குடித்துவிட்டுக் குளிக்கும்போதுதான் திடீரென்று, மூன்று நாட்களாக ஏதோ துக்கமாக இருந்ததே என்று நினைவுக்கு வருகிறது. ஏன் துக்கம்? எப்படிப் போயிற்று? யார் அது, துக்கப்பட்டது?

சில நேரம் நான் ஒரு ஆளா, இரண்டு பேரா என்பது குழப்பமாக இருக்கிறது. வயது பதினாறு முடிந்திருக்கிறது. ஜாலியாக, பாட்டுப் பாடிக்கொண்டு, டான்ஸ் ஆடிக்கொண்டு, கூத்தும் கும்மாளமுமாக இருக்கிறேன் ஒருபுறம். மறுபுறம் தீவிரமான மனப்பாங்குடன், எதையும் ஆழமாக சிந்தித்துக்கொண்டு, மனிதர்களைப் பற்றி, அவர்களுக்கிடையிலான உறவுகள் பற்றி, மனச் சிக்கல்கள் பற்றி, புருவம் குவியக் கவலைப்பட்டுக்கொண்டு இருக்கும் ஆளாக இருக்கிறேன்.

இந்த இரண்டு பேருக்கும் ஒருவரையொருவர் தெரியாதது போல்தான் இருக்கிறது. இவன் இருக்கும்போது அவன் இருப்பதில்லை. அவன் வரும்போது இவன் காணாமல் போய்விடுகிறான். ஒருவன் சினிமாப் பாட்டுப் பாடிக்கொண்டு உல்லாசமாக இருக்கிறான். இரண்டாமவன் இரவு பத்தரை மணிக்கு மொட்டை மாடியில் வெறும் தரையில் படுத்துக்கொண்டு, சிறிய டார்ச் விளக்கோடு, கையில் நட்சத்திரக் குறிப்புப்படத்தை

வைத்துக்கொண்டு வானத்து நட்சத்திரங்களையும் நட்சத்திர மண்டலங்களையும் தேடிக்கொண்டிருக்கிறான்.

இதில் எது நான் என்ற கேள்வி முதலில் இருக்கிறது. அப்புறம் ஒருநாள் தோன்றுகிறது, இது இரண்டுமே நான் இல்லையென்று. இவர்களில் ஒருவருக்கு மற்றவரைத் தெரியவில்லை. ஆனால் எனக்கு இவர்கள் இருவரையுமே தெரிகிறது. இருவரும் மாறி மாறிக் காணாமல் போய்க்கொண்டிருக்கிறார்கள். இதுவும் தெரிகிறது. ஆனால் இந்த இருவரையும் அறியும் நான் மட்டும் காணாமல் போகாத விந்தைதான் புரியவில்லை.

காணாமல் போய்க்கொண்டிருக்கும் நான்களை அறியும் நான் மட்டும் காணாமல் போகாமல் இருப்பது ஒரு விதத்தில் விசித்திரமாக இருக்கிறது. ஆனால் அதே சமயம் அது மிகவும் இயல்பானதாகவும் இருக்கிறது. ஒரு விஷயம். தூங்கும்போது நானும் காணாமல்தான் போகிறேன். ஆனால் விழித்ததும் முதல் நாள் அஸ்தமனம் ஆன சூரியன் காலையில் மறுபடி உதிப்பதுபோல் நான் திரும்ப வந்துவிடுகிறேன்.

நாலரை வயது. தாத்தா வீட்டுக்கு வெளியூர் போகிறேன். மரத்தால் ஆன மாடிப்படிக்குக் கீழ் தனியாக ஒரு இடம். அங்கு சென்று உட்கார்ந்துகொண்டு தெருவைப் பார்த்துக்கொண்டிருக்கிறேன். தெருவோரத்தில் மண்ணில் புதைந்த ஒரு கூழாங்கல் பாதி வெளியில் தெரிகிறது. போன வருடமும் இந்தக் கல் இங்கேயேதான் இருந்தது. நானும் அந்தக் கல்லும்தான். உலகத்தில் வேறு யாரும் இல்லை. சற்று நேரத்தில் பாட்டி சாப்பிடக் கூப்பிடுகிறாள். சாப்பிட்டுவிட்டுத் திரும்ப வந்து மரப்படிக்குக் கீழ் உட்காருகிறேன். கல் அங்கேயேதான் இருக்கிறது. கல்லுடன் இப்போது இருப்பது நானா அல்லது சாப்பிடப் போவதற்கு முன் இருந்தவனா?

படிகளில் ஏறி மாடிக்குச் செல்கிறேன். ஏறும்போது மரப்படிகளின் 'தட் தட்' சத்தம். என் ஊரிலிருந்து இந்த ஊருக்கு வரும்போதும் ரயில் வண்டியின் 'தடக் தடக்' சத்தம். இடம் மாறுவது ஏன் எப்போதும் சத்தம் நிறைந்ததாகவே இருக்கிறது?

மாடியில் இந்த நேரத்தில் மயில் இருக்கும். அங்கு இல்லையென்றாலும் தோட்டத்தில் நிச்சயம் இருக்கும். அதோ இருக்கிறது. தோகை விரித்தபடி மெல்ல ஆடிக்கொண்டு. சிறிது நேரம் கழித்து தோகையை மடித்துக் கொள்கிறது. தோகையை

மடிக்கும்போது மயிலின் உடம்பு தெரிகிறது. விரிந்திருக்கும்போது தோகைதான் மயிலாக இருக்கிறது. கீழேயிருந்து தாத்தா கூப்பிடும் குரல் கேட்கிறது. மயிலைப் பார்த்துக்கொண்டிருந்தவனை அங்கேயே விட்டுவிட்டு நான் மட்டும் கீழே வருகிறேன். திரும்பவும் மாடிக்குப் போகலாம். மயிலும் இருக்கக் கூடும். ஆனால் அவன் இருப்பது சந்தேகம்தான்.

ஏறக்குறைய நாற்பது வருடம் கழித்து அந்த ஊருக்குச் சென்று அந்த வீட்டைத் தேடிக் கண்டுபிடித்துப் போய்ப் பார்க்கிறேன். மரப்படிக்கட்டைக் காணோம். கல் வைத்து புதிதாக மாடிப்படி கட்டப்பட்டிருக்கிறது. அப்போது அங்கு குடியிருந்த பெண்மணியிடம் கேட்கிறேன். மரப்படிக்கட்டு மிகவும் பழையதாகிப் போய்விட்டதால் எடுத்துப் போட்டு விட்டதாகச் சொல்கிறாள். அது கொல்லைப் புறத்தில் இன்னும் கிடப்பதாகவும் சொல்கிறாள். அவள் அனுமதியுடன் உள்ளே சென்று பார்க்கிறேன். தோட்டத்தில் ஒரு ஓரமாகக் கிடக்கிறது என் மரப்படிக்கட்டு. அப்போதுதான் அறுத்துப் போட்ட பெரிய விருட்சம் போல் இன்னும் உயிரோடு இருக்கிறது. தோட்டத்தில் மயிலையும் காணவில்லை. நாலரை வயதில் காணாமல் போன சிறுவன், மனத்தின் நாற்பதாண்டு கால மடிப்புகளை விலக்கிக்கொண்டு வெளியே வருகிறான். சில நிமிடங்கள் மரப்படிக்கட்டுடன் தனியாக இருக்கிறான். அந்த உலகில் வேறு யாருமில்லை. நான் மெல்லத் திரும்பி அந்தப் பெண்மணிக்கு நன்றி கூறிவிட்டு வெளியில் வருகிறேன்.

கதைகள் மாறிக்கொண்டே இருக்கின்றன. காணாமல் போவது மட்டும் மாறவில்லை. எப்போதாவது சில சமயங்களில் காணாமல் போனவர்கள் மறுபடியும் வந்து கதை தொடர்வதும் உண்டு. ஆனால் கடைசியில் அவர்களும் காணாமல்தான் போய் விடுகிறார்கள். காணாமல் போனவர்கள் பெரும்பாலும் மறுபடி வருவதேயில்லை.

சிறு வயதில் ஒரு கனவு அடிக்கடி வருகிறது. லேசான பின்னணி மாற்றங்களுடன், அடிப்படையில் மாற்றமில்லாமல் இந்தக் கனவு வருகிறது.

வறண்டதொரு நதிப்படுகையில் தனியாக அமர்ந்திருக்கிறேன். கனவில் எப்போதும் அந்தி நேரமாகவே இருக்கிறது. சூரியன் அஸ்தமனம் ஆகி, ஆனால் வெளிச்சம் இன்னும் முழுமையாக

அடங்கிவிடாத வேளை. கூடு திரும்பும் ஒன்றிரண்டு மாலைப் பறவைகளின் மெல்லிய கூவல்களைத் தவிர நதிப்படுகை முற்றிலும் அமைதியாக இருக்கிறது. வெகு தூரத்தில் மிகவும் மெல்லிய ஓசை ஒன்று கேட்கிறது. சில கணங்களில் மணற்படுகையில் லேசான அதிர்வு தெரிகிறது. வளைவுகள் அதிகமற்ற நதிப்படுகை வெகுதூரத்திற்குத் தெரிகிறது. பறவைகளின் ஓசை திடீரென்று அதிகமாகிறது. அசாதாரணமாக ஏதோ நடப்பதான உள்ளுணர்வும் லேசான படபடப்பும் மனத்தில் எழுகின்றன. ஓசையும் அதிர்வும் அதிகமாகின்றன. பிரும்மாண்டமான முரசு ஒன்றின்மேல் நான் அமர்ந்திருக்கும்போது வேறொரு பகுதியில் அந்த முரசு அறையப்படுவதுபோல் பூமி அதிர்கிறது.

நதிப்படுகையும் வானமும் சந்திக்கும் இடத்தில் வெண்மை யான ஒரு புள்ளி தோன்றி, பார்த்துக்கொண்டிருக்கும்போதே வெண்திட்டாக விரிகிறது. ஓசை இரைச்சலாக மிகுந்து ஒலிக்கிறது. பூமியின் அதிர்வு மிகவும் அதிகமாகத் தெரிகிறது. பறவைகளின் கூச்சல் ஓலமாகக் கேட்கிறது. நதிக்கரையின் புதர்களிலிருந்து சிறு மிருகங்கள் வெளிவந்து விரைந்து ஓடுகின்றன.

கரையில் மக்கள் திரள்கிறார்கள். "வெள்ளம், வெள்ளம்," என்று என்னை நோக்கிக் கத்துகிறார்கள். தூரத்தில் நதியின் வெள்ளம் பேரிரைச்சலுடன் முன்னேறி வருவது தெரிகிறது. நான் எழுந்து ஓடுகிறேன். முதலில் கரையை நோக்கி ஓடாமல் சில அடிகள் நதியின் பாதையிலேயே ஓடுகிறேன். கரையை நோக்கி வருமாறு கத்தும் மக்களின் கூச்சலைக் கேட்டு அவர்களை நோக்கி ஓடுகிறேன். நான் கரையை அடைவதற்குச் சற்று முன்பே வெள்ளம் என்னைக் கடக்கிறது. சிறிது தூரத்திற்கு என்னை அடித்துச் சென்றுவிட்டு கரையில் தள்ளிவிடுகிறது. எழுந்து கொள்கிறேன்.

கரையின் ஓரமாக நின்று கொண்டிருந்த சிலரை வெள்ளம் இழுத்துச் செல்கிறது. கரையில் இருக்கும் மரம் ஒன்றிலிருந்து நதிக்குள் நீண்டிருக்கும் கிளை ஒன்றின் மேல் ஏறி வெள்ளத்தில் அடித்துச் செல்லப்படும் சிலரை இழுத்து விடுகிறேன்.

இந்தக் கனவின் சில மாற்றுப் பதிவுகளில், வெள்ளத்தில் குதித்துச் சிலரை நான் மீட்கிறேன். ஒவ்வொரு முறை இந்தக் கனவிலிருந்து விழிக்கும்போதும் ஒருபுறம் பதட்டத்துடனும் மறுபுறம் விசித்திரமான ஒரு நிம்மதியுணர்வுடனும் எழுந்து கொள்கிறேன்.

பிற்பகல் மூன்றரைமணி. தனியாகக் கடற்கரை மணலில். வயது பதினெட்டு. தூரத்தில் கருநீலச் சட்டையுடன் வேட்டியை

மடித்துக் கட்டிக்கொண்டு ஒருவர் நடந்து போய்க்கொண்டிருக் கிறார். அலைகளின் ஓசை சற்று அதிகமாக இருக்கிறது. எனக்கு இரண்டடி தள்ளி சிவப்பாக பெரியதாக ஒரு ஓட்டாஞ்சில். கால்களை முன்னே நீட்டி, கைகளைச் சற்றுப் பின்னால் ஊன்றி, கடலைப் பார்த்தபடி அமர்ந்திருக்கிறேன். குவிபடாத சிந்தனையின் தான்தோன்றித்தனமான ஓட்டம். தூரத்தில் ஒவ்வொரு அலையாகத் தோன்றி உருக்கொண்டு, பெரிதாகி, முன்னேறிக் கரையடைந்து, பேரோசையுடன் கரையில் அறைந்து சிதறுகிறது. அது உருவாகி, வளர்ந்து வந்து, கரையில் மோதிச் சிதறியதற்கான சுவடு ஏதுமின்றிக் காணாமல் போகிறது.

அடுத்த அலை எழும்பிக் கீழே இறங்கும் கணப் பிளவில் மனத்தில் மின்னலெனஒரு உணர்வு. இதோ இங்கே இப்போது நான் காணும் இந்தக் காட்சி உண்மையில்லை. இதைக் கண்டுகொண்டிருக்கும் நானும் உண்மையில் நானில்லை. இது வெறும் காட்சி. வேறெங்கோ இதே உண்மை இந்தக் கணமே நடந்துகொண்டிருக்கிறது. அங்கும் கருநீலச் சட்டையுடன் வேட்டியை மடித்துக் கட்டிக்கொண்டு ஒருவர் இப்போது நடந்து போய்க்கொண்டிருக்கிறார். நான் இதேபோல் கால் நீட்டி, கைகளைப் பின்னால் ஊன்றி அமர்ந்திருக்கிறேன். இதேபோல் சிவப்பாக, பெரிதாக ஒரு ஓட்டாஞ்சில் அருகில் இரண்டடி தள்ளி இருக்கிறது. இதே அலை அங்கு எழும்பிக் கீழே இறங்கிக்கொண்டு இருக்கிறது. இதோ அந்த அலை மண்ணில் அறைந்து சிதறித் தெறிக்கிறது.

இங்கே நான் பார்ப்பது உண்மையில்லை. ஆனால் இதே நிகழ்ச்சி 'அங்கு' நடந்துகொண்டு இருக்கிறது. இங்கு இருக்கும் ஒவ்வொரு மண் துகளும் அங்கிருக்கிறது. இங்கு தெறிக்கும் ஒவ்வொரு நீர்த்திவலையும் அங்கு தெறிக்கிறது. 'இது' உண்மை யாகத் தோன்றுவதற்கு ஒரே காரணம், இது 'அதைப் போலவே இருக்கிறது என்பதுதான். இதற்கும் அதற்கும் எந்தவிதமான சிறு வித்தியாசமும் இல்லை, 'அது' உண்மை, 'இது' உண்மையில்லை என்பதைத் தவிர.

கையில் மணலை அள்ளிப் பார்க்கிறேன். 'அங்கு' இதே கைமணலை இப்போது, இந்தக் கணம் அள்ளிக்கொண்டிருக் கிறேன். 'அங்கு' இருப்பதால்தான் 'இங்கு' இருக்கிறது.

அடிவயிற்றிலிருந்து அலைபோல் ஒரு உணர்ச்சி எழும்புகிறது. நெஞ்சில் குவிந்து பாய்ந்து உடலெங்கும் விசையெனப் பரவுகிறது. கண்களை மூடிக்கொள்கிறேன். தலைக்கு ஏறி மறுபடிக் குவிந்து நிசப்தமாய் வெடிக்கிறது. கண்களைத் திறக்கிறேன். அலை அலையாய் நிசப்தம் எல்லாத் திசைகளிலும் பரவுகிறது.

நான் காணாமல் போகும் கதை

கடற்பரப்பையும் வானவெளியையும் தாண்டிப் பரவுகிறது. பரவிப் பரவி மெல்ல அடங்குகிறது. கண்களை அமைதியாய் மூடிக் கொள்கிறேன். சற்று நேரம் கழித்து கண் திறந்து பார்க்கும்போது, தூரத்தில் கருநீலச் சட்டை அணிந்து, வேட்டியை மடித்துக் கட்டிக் கொண்டு ஒருவர் மெல்லப் போய்க்கொண்டிருக்கிறார். இரண்டடி தள்ளி ஒரு சிவந்த ஓட்டாஞ்சில் கிடக்கிறது. அலை கீழே இறங்கிக் கரையில் அடித்துச் சிதறித் தெறிக்கிறது.

பஸ்ஸில் பயணம். ஜன்னலோரம் அமர்ந்திருக்கிறேன். சற்றுத் தள்ளி வெளிர் மஞ்சள்நிறச் சேலையில் ஒரு இளம்பெண் நின்றுகொண்டிருக்கிறாள். மெல்லிய உடல்வாகு. அழகான முகம். அகன்ற கண்கள். பார்வைகள் சந்தித்துச் சிக்கிக்கொள்கின்றன. உலகம் குவிந்து ஒரு புள்ளியாய்ப் போகிறது. அந்தப் புள்ளியின் உள்வெளியில் பஸ் தொடர்ந்து போய்க்கொண்டுதான் இருக்கிறது. மனத்தின் உணர்ச்சிகள் அந்தப் புள்ளி வெளியில் பரவுகின்றன. நல்ல காற்று. அவள் தலைமுடி காற்றில் பறக்கிறது. நெடுங்கதை ஒன்று தொடங்கி விரிந்து நிகழ்ந்து முடிகிறது. சில நிறுத்தங்களுக்குப் பிறகு பஸ் நிற்கும்போது அவள் இறங்குகிறாள். புள்ளி மெல்லக் கலைந்து கரைகிறது. பயணிகள் இறங்கி ஏறியதும் பஸ் மறுபடி புறப்படுகிறது. பஸ் அவளைத் தாண்டிச் செல்லும்போது நிமிர்ந்து பார்க்கிறாள்.

காலையில் சீக்கிரமாக விழித்துக்கொள்கிறேன். விட்டு விட்டு சிறு மழை பெய்துகொண்டே இருக்கிறது. ஏதோ வித்தியாசமாக இருக்கிறது. பொதுவாக நான் விழித்துக் கொண்டதும் உடனே ஜாலியானவனோ தீவிரமானவனோ வந்துவிடுவான். இன்று இருவரையுமே காணவில்லை. நான் மட்டும் இருக்கிறேன். விழிப்பு பரவிக்கொண்டே இருக்கிறது. மிகவும் புதிய உணர்வாக இருக்கிறது. சீக்கிரம் வெளியே செல்ல வேண்டும் என்ற உணர்ச்சி உந்துகிறது.

குளிக்கப் போகிறேன். தலையில் தண்ணீரை ஊற்றிக் கொள்கிறேன். சோப்பை எடுத்து உடம்பில் தேய்த்துக் கொள்கிறேன். வலது கையால் இடது கையின் மேல் சோப்பைத் தேய்த்துக்கொள்கிறேன். திடீரென விநோதமான ஒரு உணர்வு தோன்றுகிறது. வலது கையின் அனுபவம் மட்டும் எனதாகிறது. யாருக்கோ நான் சோப்பு தேய்த்துவிட்டுக் கொண்டிருப்பதான அனுபவம் ஏற்படுகிறது. மனத்தில் ஓர் அதிர்ச்சி ஏற்படுகிறது. அடுத்த கணம் அனுபவம் மாறுகிறது. இடது கையின் அனுபவம் எனதாகிறது. யாரோ எனக்கு சோப்பு

தேய்த்துவிட்டுக்கொண்டிருப்பதான உணர்வு தோன்றுகிறது. மனம் மறுபடி அதிர்கிறது. என்ன இது? என்ன நடக்கிறது எனக்கு? எது நான்? சோப்பு தேய்ப்பவனா, தேய்க்கப்படுபவனா? ஒரே கையின் கட்டை விரலும் ஆள்காட்டிவிரலும் ஒன்றை ஒன்று தொட்டுக்கொண்டிருக்கும்போது, தொடும் விரல் எது, தொடப்படும் விரல் எது? என் மனத்தின் அனுபவ மையம் தன்னை எதோடு இணைத்துக்கொள்கிறது? ஸ்பரிசம் எந்த விரலுடையது?

சில கணங்களில் இந்த வினோத அனுபவம் அடங்கி விடுகிறது. மனத்தின் அதிர்வு மட்டும் முழுவதும் அடங்கவில்லை. பரவிக்கொண்டிருக்கும் விழிப்புடன் இந்த அதிர்வு கலந்து போகிறது. விழிப்பின் தீவிரம் கூடுவதான உணர்வு ஏற்படுகிறது. வெளியே விசாலமாகப் பரந்த வானின் கீழ் நடந்து செல்ல வேண்டும் என்ற உந்துதல் கூடுகிறது.

சாப்பிட்டு முடித்து சீக்கிரமாகவே அலுவலகம் புறப்படுகிறேன். மழையில் சாலை நனைந்து ஈரமாக இருக்கிறது. குளுமை பரவியிருக்கிறது. எப்போதும்போல் மேலே வானமும் மேகங்களும். கீழே சாலையும், சாலையோர மரங்களும் கட்டடங்களும் ஊர்திகளும் மனிதர்களும். ஆனால் இன்றென்னவோ அனைத்தும் சுத்தமாகத்துடைத்து விட்டாற்போல ஒரு தெளிவு. தெருவெல்லாம் வழக்கம்போல்அழுக்காகத்தான் இருக்கிறது. அந்த அழுக்குகூட மிகத் தெளிவாகத் தெரிகிறது.

அலுவலகம் சென்றடைகிறேன். அலுவலக வளாகத்தில் நிறைய மரங்கள். செம்மண் தரை. தரையின் செம்மை பளீரெனக் கண்களுக்குள் பாய்கிறது. மழையில் குளித்திருந்த மரங்களின் இலைகள் லேசாக அடிக்கும் வெய்யிலில் பளபளத்து மின்னு கின்றன. இலைகளின் பச்சை நிறம் எப்போதையும் விட இன்னும் பசுமையாகக் கண்ணுக்குள் விரிகிறது. கட்டடத்தின் ஓரமாக நட்டிருக்கும் பூச்செடிகளில் மலர்ந்திருக்கும் வண்ணப்பூக்கள் ஒரு உள்ளொளியில் ஒளிர்கின்றன. காலைப் பூக்களின் நறுமணத்தை நுகர்ந்த மனம் ஒரு கணத்தில் பல காதம் கடந்து ஆழத்தில் எங்கோ ஒரு புள்ளியில் ஒன்றுகிறது.

நூதனமானதொரு உணர்வு அலைஅலையாகப் பரவுகிறது. தலை தன்னிச்சையாக நிமிர்ந்து வானத்தைப் பார்க்கிறது. வானத்தில் மேகமென மிதந்து செல்கிறேன். மெல்ல வீசும் காற்றில் மரங்களின் இலைகளுடன் அசைகிறேன். காட்சிவெளியெங்கும் ஒளியும் தெளிவும் புதுமையும் மலர்ச்சியும் நிறைகின்றன. சுற்றிலும் பார்த்தபோது வேறு யாரும் எதையும் கவனித்ததாகத் தெரியவில்லை. ஏறக்குறைய இரண்டு மணி நேரத்துக்கு எங்கும் உயிர்த்துடிப்பு ததும்பிக்கொண்டிருக்கிறது. பிறகு மெல்ல மெல்ல அடங்கி சமநிலைக்கு வருகிறது.

ஆனால் தன்னுணர்வு அங்கு நிலைப்படாமல் ஆழ்நிலை களுக்கு இறங்கத் தொடங்குகிறது. இனம் புரியாத பயத்தில் மனம் சிக்கித் தவிக்கிறது. பயம் தீவிரமும் ஆழமும் அடைந்து புயலென வீசுகிறது. மனம் பயத்தின் இருள்வெளிகளில் அதிர்ந்து அலைப்புண்டு மோதிக் களைத்துப் போகிறது. ஏறக்குறைய அதே போல் இரண்டு மணி நேரத்துக்குப் பிறகு பயம் மெல்ல மெல்ல வடிகிறது.

இப்போது மறுபடியும் நிலைப்படாமல் ஒளியும் புதுமையும் மலர்ச்சியும் மேலோங்குகின்றன. இதுபோல் மாறி மாறி மூன்று நாட்களுக்கு மனம் மேலும் கீழும் ஏறி இறங்கி ஆனந்தமும் அவதியும் அனுபவிக்கிறது.

நான்காவது நாள் காலையில் படுக்கையைவிட்டு எழுந்திருக்கும்போது உடம்பெல்லாம் வலிக்கிறது. எழுப்பிய அம்மாவிடம் மிகவும் சோர்வாக இருப்பதால் அலுவலகம் செல்ல வில்லை என்று சொல்லிவிட்டு மறுபடி தூங்கி விடுகிறேன். விழிக்கும்போது மணி பதினொன்று. எழுந்து குளித்து மலர்ச்சியின் துடிப்புக்காகவும் பயத்தின் ஆக்கிரமிப்புக்காகவும் காத்திருக் கிறேன். இரண்டும் வரவில்லை. நான் மட்டும் இருக்கிறேன். மென்மையான அமைதி ஒரு சிற்றோடைபோல் மெல்ல ஓடிக் கொண்டிருக்கிறது.

இரு நண்பர்களுடன் மலை மேல் ஏறிக்கொண்டிருக்கிறேன். படிக்கட்டுகள் இல்லை. பாறைகளைப் பிடித்துக்கொண்டு ஏற வேண்டியதுதான். பாதி வழி சென்றதும் ஒரு இடத்தில் ஜைன புடைச் சிற்பங்கள் பாறையில் வடிக்கப்பட்டிருக்கின்றன. சிறிய, நேர்த்தியான சிற்பங்கள். அருகில் சின்னதாக ஒரு மடம். உள்ளே சிறிய கூடம். சுவரில் கடவுளர் படங்கள். குருக்களைப் போல் ஒரு நடுத்தர வயதுக்காரர் இருக்கிறார். சில நிமிடங்களுக்கு எங்களைப் பற்றி விசாரிக்கிறார். பிறகு நீண்ட நேரம் தன்னைப் பற்றி ஏதேதோ சொல்லிக்கொண்டிருக்கிறார். கூடத்தின் ஒரு மூலையில் சிறிய வாசல் இருக்கிறது. இரண்டடி உயரம்தான். அவ்வளவு சிறிய வாசலை யார் உபயோகிக்க முடியும் என்று ஆச்சரியமாக இருக்கிறது. அவரிடம் கேட்கிறோம். உள்ளே ஒரு சிறிய குகை இருப்பதாகவும் ஐந்தடி தூரம் படுத்த வாக்கில் ஊர்ந்துகொண்டே உள்ளே சென்றால் குகையை அடைந்துவிடலாம் என்றும் சொல்கிறார். தான் அங்கு தியானம் செய்வது வழக்கம் என்கிறார்.

நண்பர்கள் உள்ளே சென்று பார்க்கப் பிரியப்படுகிறார்கள். சிறிய, மிகவும் குறுகலான இடங்கள் எனக்கு மிகவும் ஆழமான

அதீதமான பயத்தை மனத்தில் விளைவிக்கும். வேண்டாம் என்று சொல்லிப் பார்க்கிறேன். ஆனால் அவர்கள் மிகவும் ஆவலாக இருக்கிறார்கள். சரியென்று ஒப்புக்கொள்கிறேன். ஐந்தடிதானே. ஒரு வேளை அந்த பயத்தைக்கூட நான் தாண்டிக் கடந்து விடுபட்டு விடலாம்.

முதலில் ஒரு நண்பர் உள்ளே நுழைகிறார். அவருக்குப் பின்னே நான் ஊர்ந்து செல்கிறேன். இரண்டடி போனதும் வெளிச்சம் குறைகிறது. பயம் பின்கதவு வழியாக மனத்தினுள் நுழைகிறது. மேலும் இரண்டடி முன்னேறியதும் மனம் முழுவதையும் தீவிரமாக பயம் நிறைத்துக் கவ்வுகிறது. பயத்தில் மூச்சுத் திணறுகிறது. சற்றுத் தயங்குகிறேன். ஆனால் எனக்குப் பின்னால் வரும் நண்பரின் தலை என் காலில் படுகிறது. வேறு வழியின்றி மேலே செல்கிறேன். லேசான வெளிச்சம் தெரியத் தொடங்குகிறது. முன்னே சென்ற நண்பர் மெதுவாக எழுந்து கொள்கிறார். அடுத்த அடியில் இடம் கொஞ்சம் விசாலமாகிறது. இன்னும் சிறிது முன்னே சென்று நானும் எழுந்து கொள்கிறேன். பின்னாலேயே மற்ற நண்பரும் வந்துவிடுகிறார்.

சிறிய அறையைப்போல் இருக்கிறது குகை. ஐந்தடிக்கு ஐந்தடி நீள அகலம். ஆறடி உயரம். சற்று எம்பினால் மேலே தலை இடிக்கிறது. ஒரு மூலையில் ஒரு அடி உயரத்தில் சிறிய மேடை. மேலே எங்கோ பாறை இடுக்குகளிலிருந்து மெல்லிய வெளிச்சம் குகையை நிறைக்கிறது. சுத்தமான காற்று குகையில் நிறைந்திருக்கிறது. உலகின் ஓசைகள் உள்நுழையாத அமைதி குகையில் குடியிருக்கிறது. ஒரு நண்பர் மேடை மேல் உட்கார்ந்து கொள்கிறார். மற்ற இருவரும் குளிர்ந்த தரையில் அமர்ந்து கொள்கிறோம். நான் கண்களை மூடிக்கொள்கிறேன். உள்ளும் புறமும் இடம் மாறுகின்றன. அமைதி நெஞ்சை நிறைக்கிறது. நேரக் கணக்கு இல்லாமல் போகிறது.

கண்களைத் திறக்கும்போது நண்பரிருவரும் மௌனமாக அமர்ந்திருப்பது தெரிகிறது. "தாயின் கருவறைக்குள் இருப்பது போலிருக்கிறது," என்று சொல்கிறேன். நண்பர்களின் கண்களில் ஆச்சரியத்தின் சாயல் விரிகிறது. சிறிது நேரத்திற்குப் பிறகு, 'போகலாமா?' என்பதுபோல் ஒரு நண்பர் தலையசைக்கிறார். எழுந்து கொள்கிறோம். குனிந்து, தவழ்ந்து, ஊர்ந்து நகர்கிறோம். பயம் மெல்லத் தலையெடுக்கிறது. ஆனால் பயத்தில் முன்பு இருந்த தீவிரம் இல்லை. வெளியே வருகிறோம்.

மலையேறி உச்சியை அடைந்து பாறை ஒன்றின் நிழலில் அமர்கிறோம். காற்று குளுமையாக வீசுகிறது. கண்ணுக்கெட்டிய தூரம் வரையில் சிற்றூர்களும் கிராமங்களும் வயல்வெளிகளும் விரிந்து கிடக்கின்றன.

ஒரு நண்பர், "நீங்கள் சொன்னது சரிதான். தாயின் கர்ப்பத்தில் திரும்பவும் நுழைந்து இருந்து மறுமுறை பிறந்து வெளியே வந்தது போல்தான் இருக்கிறது," என்கிறார்.

இனம் புரியாத மென்மையிலும் தழுதழுப்பிலும் மனம் நெகிழ்கிறது. அமைதி அலை அலையாய் உள்ளிருந்து படர்ந்து விரிந்து தொலைவில் ஏதோ கண்காணாக் கரைகளில் சென்று சேர்கிறது.

ஒன்பது வயது. கோடை விடுமுறைக்கு மாமா வீட்டுக்குப் போகிறேன். மாமா பையன் இருக்கிறான். சின்ன மாமாவின் பையனும் ஊரிலிருந்து அங்கு வந்திருக்கிறான். இருவரும் என்னைவிட இரண்டு வயது பெரியவர்கள். சின்ன மாமாவின் பையன் பெரிய மாமாவின் பையனைவிட சில மாதங்கள் சின்னவன்.

காலை பதினோரு மணி. வெளியே தோட்டத்தில் மகிழ மரத்தடியில் உட்கார்ந்து இருவரும் ஏதோ பேசிக்கொண் டிருக்கிறார்கள். வீட்டிற்குள்ளேயிருந்து நான் வருகிறேன். நான் வந்ததும் பேச்சை நிறுத்திவிடுகிறார்கள். திடீரென்று என்னைத் தனியே விட்டுவிட்டதைப் போல் உணர்கிறேன். "என்ன பேசிக்கொண்டிருந்தீர்கள்?" என்று கேட்கிறேன். சொல்ல மறுக்கிறார்கள். "நீ சின்னப் பையன். உனக்குப் புரியாது," என்கிறார்கள். நான் மேலும் தனியாக உணர்கிறேன். அவர்களிடம் கெஞ்சுகிறேன். "நீ கேலி செய்வாய்," என்கிறார்கள். மாட்டேன் என்று உறுதி கூறுகிறேன். யாரிடமும் சொல்ல மாட்டேன் என்று சத்தியம் செய்யச் சொல்கிறார்கள். உடனே செய்கிறேன். பெரியவன் சின்னவனைப் பார்க்கிறான். சின்னவன் லேசாகத் தலையை அசைக்கிறான்.

பெரியவன் சொல்கிறான்: "கடவுள் எந்த உருவத்திலேயும் வரலாம். ஒரு பிச்சைக்காரி மாதிரிகூட வரலாம். அதனால பிச்சைக்காரியைக்கூட திட்டி விரட்டக் கூடாது. ஒரு வேளை அது கடவுளாகக்கூட இருக்கலாம்."

நான் என்ன சொல்லப் போகிறேன் என்று அவர்கள் கூர்மையாக என்னையே கவனிக்கிறார்கள். எனக்குள் ஒரு கதவு திறக்கிறது. ஒன்றும் பேச்சு வரவில்லை.

"என்ன சொல்கிறாய்?" என்று கேட்கிறான் சின்னவன். அவர்களுக்காக, "ஆமாம். உண்மைதான். நிச்சயமாக அதுபோல் இருக்கலாம். நீங்கள் சொல்வது சரிதான்," என்று சொல்கிறேன். அவர்கள் சொன்னதற்கு நான் மறுப்பேதும் சொல்லவில்லை,

அவர்களைக் கேலியேதும் செய்யவில்லை என்று நிச்சயமாகத் தெரிந்ததும் அவர்கள் வேறு ஏதோ பேசத் தொடங்கிவிடுகிறார்கள்.

ஆனால் எனக்குள் உலகம் மாறத் துவங்குகிறது. பிச்சைக்காரிகள் எல்லாம் கடவுளாகத் தெரிகிறார்கள். திடீரென்று ஒரு குழப்பம். எது வெறும் பிச்சைக்காரி, எது கடவுள் என்று எப்படித் தெரிந்துகொள்வது? இந்தப் பிரச்னைக்கு ஒரே ஒரு தீர்வுதான் இருக்கிறது. எல்லாப் பிச்சைக்காரிகளையும் கடவுள் என்று எடுத்துக்கொண்டு விடுவது. மனம் சமாதானமாகிறது. ஓரிரு கணங்களில் மறுபடியும் ஒரு கேள்வி. கடவுள் பிச்சைக்காரியாகத்தான் வர வேண்டுமா? பிச்சைக்காரனாகக் கூட வரலாம், இல்லையா? ஏன், யாராகவும் வரலாம். சரி. எல்லோரும் கடவுள்தான். ஆளாகத்தான் வரவேண்டுமா? எந்த உருவத்திலும் வரலாமே! வேறு வழியே இல்லை. பார்ப்பது எல்லாமே கடவுள்தான்.

எழுந்து வந்து வாசல் படிக்கட்டில் தனியே உட்கார்ந்து கொள்கிறேன். வெளியே பார்க்கிறேன். எதிரே வரிசையாக வீடுகள். சாலையில் ஒரு வயதான பெண்மணி ஒரு சிறுமியுடன் நடந்து போய்க்கொண்டிருக்கிறாள். ஒரு சிறுவன் தன்னை மறந்து மெல்ல ஏதோ பாடிக்கொண்டே போகிறான். தலையைத் தூக்கிப் பார்த்தால் நிறைய மரங்கள். மேலே ஆகாயம் நீலமாகத் தெரிகிறது. தலையைத் திருப்பி உள்ளே பார்க்கிறேன். தோட்டத்தில் இரண்டு நந்தியாவட்டைச் செடிகள். ஒரு செம்பருத்தி. வெளிர் மஞ்சள் நிற சங்குப்பூக்கள் கொண்ட ஒரு செடி. எல்லாமே கடவுள்தான்.

எதையோ கட்டவிழ்த்து விட்டது போல் இருக்கிறது. ரொம்ப சந்தோஷமாகவும் ரொம்ப பயமாகவும் இருக்கிறது. கொஞ்ச நேரம் கழித்து எழுந்து தோட்டத்திற்குள் வருகிறேன். அவர்கள் இருவரையும் காணவில்லை. அவர்களிடம் சொல்லலாம் என்று தோன்றுகிறது. பிறகு ஏனோ வேண்டாம் என்று படுகிறது. மகிழ மரத்தடியில் சென்று மெல்ல அமர்ந்துகொள்கிறேன். மரத்தடியில் காய்ந்து போன பூக்கள் இறைந்து கிடக்கின்றன. மகிழம்பூ வாசனை தோட்டமெங்கும் நிறைந்திருக்கிறது. மரத்தின் மேலும் தரை யிலும் நிறையக் கட்டெறும்புகள் ஊர்ந்துகொண்டிருக்கின்றன. நல்ல வெளிச்சமாக இருப்பதைப்போல் தோன்றுகிறது. “எங்கே இவனைக் காணோம்?” என்ற அம்மாவின் குரல் கேட்கிறது. எழுந்து உள்ளே போகிறேன்.

தண்ணீர் தொடர்பான இன்னொரு கனவு. என் வயது இருபது களில் இருக்கும் காலத்தில் இந்தக் கனவு அடிக்கடி வருகிறது.

கடற்கரை மணலில் அமர்ந்திருக்கிறேன். பின்னந்தி மாலை. அங்கங்கே சிலர் அமர்ந்திருக்கிறார்கள். வலைப் பொதிகளின் மேல் ஓலை போட்டு மூடியிருக்கிறது. ஒளியும் இருளும் கலந்த வெளிச்சம். கிழக்கே கடல். மேற்குப்புறத்தில் அஸ்தமனமாகிக் கொண்டிருக்கும் சூரியனின் செவ்வொளியில் நான் லயித்திருக் கிறேன். திடீரென்று பெரும் கூச்சல் எழுகிறது. மக்கள் எழுந்து சாலையை நோக்கி ஓடத் தொடங்குகிறார்கள். திரும்பிக் கடலைப் பார்க்கிறேன். கடலில் சிறிய அலைகளையும் பெரிய அலைகளையும் பார்த்துப் பழகியிருந்த மனத்தைப் பேரதிர்ச்சி தாக்குகிறது.

முழுக்கடலும் மாபெரும் ஒற்றையொரு அலையாக எழுகிறது. விண்நோக்கி மேலெழும்புகிறது. இதில் ஆச்சரியமான, பேரதிசயமான விஷயம் என்னவென்றால் அலை மிகவும் மெதுவாக, மிக மிக மெதுவாக எழும்புகிறது. எழுவதே தெரியாத வண்ணம் அவ்வளவு மெதுவாக எழுகிறது. மிக நீண்ட நேரம் கழித்து வானத்தை மறைத்து நிற்கிறது அலை. கீழே இறங்கத் தொடங்குவதற்கு முன்னால் வெகு நேரம் அங்கேயே நிலைத்துத் தொங்கிக்கொண்டிருக்கிறது. பிறகு மிக மெதுவாக, மெல்ல, கீழிறங்கத் தொடங்குகிறது. அந்தக் கண்காணாத அதிசயத்திலும் ஆச்சரியத்திலும் என்னை மறந்து, என் நிலை மறந்து, அந்தப் பேரலையின் பிரும்மாண்டத்தில் மனம் லயித்து அமர்ந்திருக்கிறேன்.

வெளியே எழும் அலையின் பிம்பமாக உள்ளே ஒரு பேரலை எழுகிறது. எழுந்து மனத்தை முழுவதும் மூழ்கடித்து இன்னும் மேலெழும்புகிறது. மனம் நிறைந்து விரிகிறது. அமைதியும் ஆழமான நிம்மதியும் உள்ளே நிறைகின்றன.

சுற்றிலும் மக்கள் தலைதெறிக்க ஓடுகிறார்கள். சுய நினைவு வருகிறது. அந்தப் பேரலையின் அபாயம் மனத்தைத் தாக்குகிறது. ஆழத்திலிருந்து ஒரு பயம் எழும்பி உடல் திடுக்கிட்டு எழுந்து ஓடத் தொடங்குகிறது. அந்த அலை கீழே இறங்கி விழும்போது நகரமே மூழ்கிப் போகும். எங்கு ஓட முடியும்? எவ்வளவு தூரம் ஓடிவிட முடியும்? மெதுவாக அலை இறங்கி விழுவதற்கு முன்னால் ஓடிவிட முடியுமா? எல்லோரும் ஓடுகிறார்கள். நானும் ஓடுகிறேன், அவ்வப்போது திரும்பி அந்தப் பேரலையின் அளவற்ற பிரும்மாண்ட அதிசயத்தைக் கண் அகலப் பார்த்துக்கொண்டு.

மாலை நேரம். கடற்கரை மணலில் நண்பனுடன் நடந்து போய்க்கொண்டிருக்கிறேன். திடீரெனக் குனிந்து ஒரு கிளிஞ்சலை எடுத்துக் காட்டுகிறான். மிகவும் அழகாக இருக்கிறது. அழகிய

கோலச் சித்திரம். வண்ணமும் பளபளப்பும் கோலத்தின் நேர்த்தியும் அற்புதமாக இருக்கிறது. நண்பன் அதைப் பைக்குள் போட்டுக்கொள்கிறான். எதற்கு என்று கேட்கிறேன். எவ்வளவு விசித்திரமாக இருக்கிறது, அதனால்தான் என்கிறான். நான் ஒன்றும் சொல்லவில்லை.

அவன் ரசனை எனக்குப் புரிகிறது. எனக்கும் அந்தக் கிளிஞ்சல் மிகவும் பிடிக்கிறது. ஆனாலும் எதுதான் விசித்திரமாக இல்லை? கால்கள் புதையும் இந்த நீண்ட மணல்வெளி, பிரும்மாண்டமான கடலின் வற்றாத நீர்ப்பரப்பு, ஆழமாக அளவற்று விரிந்திருக்கும் இந்த வானம், அதில் அலை அலையாய்ப் பரவியும் பஞ்சுப் பொதியாய் மிதந்தும் செல்லும் மேகங்கள், மேற்கில் அஸ்தமன சூரியனின் மஞ்சளும் சிவப்பும் கூடிய வெளிச்சத்தின் வண்ண வீச்சு, சுற்றிலும் நடந்துகொண்டும் அமர்ந்துகொண்டும் இருக்கும் ஆண் பெண் குழந்தைகள், கிளை பரப்பி இலையும் மலரும் காயும் கனியுமாய்ப் பகலில் நிழல் கொடுத்து, மாலையின் மங்கிய ஒளியில் தானே நிழலென நிற்கும் மரங்கள், உடைகளைப் படபடக்க வைக்கும் கடற்காற்று, ஒழுங்கானதொரு வரிசையில் கூட்டம் கூட்டமாய்ப் பறந்து சென்று கொண்டிருக்கும் மாலைப் பறவைகள் ஏன் எதற்கு எப்படி எங்கு இருக்கிறது என்று தெரியாத இந்தப் பிரபஞ்ச வெளி, அதில் நெஞ்சில் பிரியத்துடன் நடந்து சென்றுகொண்டு இருக்கும் நாங்கள் – இதில் எது அதிசயமாக, அற்புதமாக, வினோதமாக, விசித்திரமாக இல்லை? இதில் எதை எடுத்துக்கொண்டு போய் எங்கே வைப்பது? விசித்திரம் இல்லாத இடத்தில் வைத்தால்தானே விசித்திரத்திற்கு அழகு? அந்த மாதிரி இடம் உள்ளேயோ வெளியேயோ எங்கே இருக்கிறது?

கடற்கரையில் சென்று அமர்கிறோம். அலைகள் எப்போதும்போல் புதிதாக வந்து போய்க்கொண்டிருக்கின்றன. மனம்போன போக்கில் பேசிக்கொண்டிருக்கிறோம். மெல்ல இருள் பரவுகிறது. கடலிலிருந்து தாமிரத் தகடாய் உதித்த பௌர்ணமி நிலவு, மேலேறிப் பொன்னாய், பிறகு வெள்ளியாய் ஜாலம் காட்டி, கடற்பரப்பில் ஒளிப்பாதை விரிக்கிறது. சற்று நேரத்தில் எழுந்து, விசித்திர வெளியின் வெவ்வேறு இடங்களில் இருக்கும் எங்கள் வீடுகளை நோக்கி நடக்கிறோம்.

நான் வேலை செய்யும் அலுவலக வளாகத்தில் மரங்களும் செடிகொடிகளும் நிறைந்திருக்கின்றன. பெரும்பாலான மரங்களுடன் எனக்கு நெருங்கிய பரிச்சயம் இருக்கிறது. வேப்ப மரங்கள், மாமரங்கள், அசோக மரங்கள், புளிய மரங்கள், ஒன்றிரண்டு புங்க மரங்கள், நிறையத் தென்னை மரங்கள். ஆனால்

குறிப்பாக நெடியதான ஒரு நாகலிங்க மரம் ஆரம்பத்திலிருந்தே என் கவனத்தை ஈர்த்து வந்திருக்கிறது. காரணம், இலையுதிர்ப்பு, கொழுந்து விடுதல், இலை வளர்ச்சி, மலர்தல், இலை பழுப்பேறி உதிர்தல் என்னும் பருவச் சுழற்சி மற்ற மரங்களை விட இந்த நாகலிங்க மரத்தில் மிகவும் வேகமாக நிகழ்கிறது. மூன்று மாத காலத்தில் ஒரு சுற்று முடிந்துவிடுகிறது.

அதன் வேகமும் சுறுசுறுப்பும் மற்ற மரங்களிலிருந்து அதைத் தனிப்படுத்திக் காட்டுகிறது. முழுவதும் இலைகளை உதிர்த்துக் காலியாக ஒருநாள் கண்ணில் படும் மரம், சில தினங்களில் கிளை முழுவதும் இளம்பச்சைக் கொழுந்துகளோடு சிலிர்த்து நிற்கிறது. ஒரு மாதத்திற்குள் இலைகள் வளர்ந்து கிளைகளை மறைத்து மரம் பசுமை பொங்கி வழிந்து கொண்டிருக்கிறது. பத்துப் பதினைந்து நாட்களில் மலர்களின் மணம் சுற்றிலும் பரவத் தொடங்கிவிடுகிறது. இன்னுமொரு மாதத்தில் இலைகள் மஞ்சளேறி உதிரத் தொடங்கி விடுகின்றன.

நாகலிங்க மலரின் வாசனை தனியானது. மற்ற மலர்களின் மணம் சென்றடையாத ஏதோ ஒரு ஆழத்திற்கு மனத்தை இழுத்துப் போய்விடுகிறது. இளமஞ்சளும் மென்மையான செம்மையும் கலந்த அதன் நிறமும், வளைந்து பாம்பின் அழகிய படம்போல் இருக்கும் அதன் அமைப்பும், சுற்றியிருக்கும் அத்தனை மரங்களிலிருந்தும் இதைத் தனிப்படுத்திக் காட்டுகிறது.

காலையிலிருந்தே மழை மெல்லத் தூறிக்கொண்டிருக்கிறது. மரம் பூத்துக் குலுங்குகிறது. மலர்களின் மணம் எங்கும் நிறைந்திருக்கிறது. அலுவலக வளாகத்தில் உள்ள தேநீர் விடுதியில் தேநீர் அருந்துவதற்காகத் திறந்த வெளியில் வந்துகொண் டிருக்கிறேன். மழை நாளின் குளுமையிலும், ஒளியும் நிழலும் ஒன்றுகலந்த நீர்மையான வெளிச்சத்திலும் மனம் ஏற்கனவே திடத்தன்மை கரைந்து ஒரு நீர்நிலையைப்போல் எங்கோ மெல்லத் ததும்பிக்கொண்டிருக்கிறது.

நாகலிங்க மரத்தைக் கடந்து போகும்போது என்னை யாரோ பார்ப்பதான உணர்வு ஏற்படுகிறது. திரும்பிப் பார்க்கும்போது மரம் என்னைப் பற்றிய முழுப்பிரக்ஞையுடன் என்னைப் பார்த்துக்கொண்டு இருப்பதாகத் தோன்றுகிறது. பரிச்சயம் என் பக்கத்திலிருந்து மட்டும் இல்லாமல் இருபுறமும் பரஸ்பர உறவாக விரிந்திருப்பதான உணர்வு மலர்கிறது. மரம் என்னிடம் ஏதோ சொல்ல விழைவதாகப்படுகிறது. என் மனம் நிறைகிறது. மொழி விளையும் தளத்திலிருந்து வழிந்து, மரத்திற்கும் எனக்கும் பொதுவான ஒரு தளத்தில் நான் நிலை கொள்கிறேன்.

மரம்: ஒரு விஷயம் கவனித்தாயா?

நான்: என்ன?

மரம்: நான் ஒரு நாகலிங்க மரம். உலகில் முதல் நாகலிங்க மரம் தோன்றியதிலிருந்து கடைசி மரம் இருந்து முடியும் வரையிலான நீண்ட காலத்தில் நான் எப்போது வேண்டுமானாலும் தோன்றி இருந்திருக்க முடியும், இல்லையா?

நான்: உண்மைதான்.

மரம்: நீ ஒரு மனிதன். நீயும் முதல் மனிதன் தோன்றிய காலத்திலிருந்து கடைசி மனிதன் இருக்கும் வரைக்கும் எப்போது வேண்டுமானாலும் பிறந்திருக்க முடியும். உண்மைதானே?

நான்: ஆமாம்.

மரம்: ஒரு அற்புதம் பார்த்தாயா? நீயும் நானும் வெவ்வேறு காலங்களில் பிறந்திருக்கக் கூடிய சாத்தியம் மிகவும் அதிகம். அப்படிப் பிறந்திருந்தால் நாம் ஒருவரையொருவர் சந்திக்கும் வாய்ப்பை இழந்திருப்போம், இல்லையா?

நான்: ஆமாம். நமக்கு ஒருவரையொருவர் தெரியாமலே போயிருக்கும். நல்லவேளையாக அவ்வாறு நிகழவில்லை.

மரம்: அதைத்தான் அற்புதம் என்கிறேன். வாழ்க்கை சாத்தியக் கூறுகளை முன்வைத்து நடப்பதில்லை போலிருக்கிறது.

நான்: உண்மை. முற்றிலும் உண்மை. ஒவ்வொரு கணத்திலும் சாத்தியங்களைத் தாண்டிய ஒரு புதிய அம்சம் மலர்ந்து கொண்டுதான் இருக்கிறது.

மரத்தை நிமிர்ந்து பார்க்கிறேன். உயிர்த்துடிப்பு நிறைந்த உறவு எனக்கும் அதற்கும் இடையில் விரிந்திருக்கிறது. ஆழத்தில் இருந்து மேலெழும்பிய ஒரு உணர்ச்சியில் மனம் நிரம்பி வழிகிறது. நெஞ்சம் கசிந்து கண்களில் இருந்து நீர் வடிகிறது. கன்னத்தில் வழிந்த நீரின்மேல் காற்று வீசிய குளுமையில் சுற்றுப்புறம் பற்றிய விழிப்பு ஏற்படுகிறது. சுற்றிலும் பார்க்கிறேன். யாரும் கவனித்ததாகத் தெரியவில்லை. அதீதமான சுய உணர்வுடன் கைக்குட்டையை எடுத்துக் கண்களைத் துடைத்துக்கொள்கிறேன். மரத்தை நிமிர்ந்து பார்க்கிறேன்.

நாகலிங்க மரம் எப்போதும்போல் மணம் வீசிக்கொண்டு அழகாக நெடிய நின்றுகொண்டு இருக்கிறது.

கனவுகளில் வண்ணங்கள் இருப்பதில்லை என்பது முற்றிலும் தவறான கருத்து. என் பல கனவுகள் முழு வண்ணத்துடன் இருக்கின்றன. சிலவற்றில் வண்ணம்தான் முக்கியமான அம்சமாக இருக்கிறது. சில சமயம் கனவு கண்டுகொண்டிருக்கும்போதே நான் கனவு கண்டுகொண்டிருக்கிறேன் என்னும் பிரக்ஞை தெளிவாக இருக்கிறது.

ஒரு பெரிய மாளிகை. அதன் தாழ்வாரத்தில் நடந்து போய்க்கொண்டிருக்கிறேன். ஒரு இடத்தில் கதவொன்று தெரிகிறது. லேசாக ஏதோ சத்தம் கேட்கிறது. கதவை மெல்லத் திறந்து பார்க்கிறேன். பிரும்மாண்டமான ஒரு கூடம். நூறு அடி நீளம், ஐம்பது அடி அகலம், ஐம்பதடி உயரம். பளிங்குக்கல் தரை. நல்ல வெளிச்சமாக இருக்கிறது. அந்தக் கூடத்தின் வெளி முழுவதும் ஆயிரக்கணக்கான கோலிகள் பறந்தவண்ணம் இருக்கின்றன. வண்ண வண்ண கோலிகள். சிவப்பு, பச்சை, மஞ்சள், நீலம் என பல வண்ணங்களில் கோலிகள். கண்ணாடி கோலிகள். பீங்கான் கோலிகள். எல்லா கோலிகளும் ஒன்றோடொன்று மோதிய வண்ணம் இருக்கின்றன. ஆயிரக்கணக்கான கோலிகள் மோதிக்கொள்ளும் சப்தம் பெரும் இரைச்சலாக இருக்கிறது. தரையிலும் சுவர்களிலும் கூரையிலும் கோலிகள் மோதிக்கொண்டே இருக்கின்றன.

மனம் அதிர்ந்துகொண்டே இருக்கிறது. தாங்க முடிய வில்லை. என்ன செய்வது என்று தெரியவில்லை. இதிலிருந்து விடுபட்டு ஓடிவிட மனம் தவிக்கிறது. திரும்பிப் பார்த்தால் கதவு மூடியிருக்கிறது. திறக்க முடியவில்லை. ஓரடி முன்னே வைத்தால்கூட கோலிகள் முகத்தில் மோதுகின்றன. கோலிகளின் தலைதெறிக்கும் வீச்சில் பார்வையும் மனமும் சிதறிப்போவது போல் இருக்கிறது. பார்வையை ஒரு இடத்தில் குவிக்க முடியவில்லை. கண்களை மூடிக்கொள்கிறேன். கவனம் உள்ளே குவிகிறது. சிறகு குவிந்து கிளையில் அமரும் பறவையைப்போல் மனம் மெல்ல அடங்குகிறது. அமைதி நிரம்புகிறது. கோலிகள் மோதும் இரைச்சலும் அடங்கிவிடுகிறது.

கண்களைத் திறக்கிறேன். கூடம் காலியாக இருக்கிறது. முழு நிசப்தம். ஒருகணம் ஒன்றும் புரியவில்லை. சுற்றிலும் பார்க்கிறேன். தரையில் பார்வை படியும்போது ஆச்சரியம் மனத்தில் விரிகிறது. தரை முழுவதும் வரிசையாக கோலிகள். ஒரு சிறிய காலி இடம்கூட இல்லை. ஒரு கோலி வைப்பதற்குக்கூட இடமில்லை. அதே சமயம் ஒரு கோலிகூட அதிகமாக இல்லை. தரை முழுவதும் நிறைத்து வரிசை வரிசையாகக் கோலிகள். கூடவெளியில் முழு நிசப்தம்

ஆனந்த்

நிரம்பி வழிகிறது. கண்களை மூடிக்கொள்கிறேன். மனத்திலும் அமைதி நிரம்பி வழிகிறது.

தூக்கத்தில் இருந்து விழித்துக்கொள்கிறேன். அதிகாலை நேரம். இன்னும் இருள் பிரியவில்லை. பொதுவாக, விழிப்பு வந்ததும் கூடவே மனமும் விழித்துக்கொண்டு தன் ஓட்டத்தைத் தொடங்கிவிடும். ஆனால் இன்று விழிப்பு முழுமையாக இருந்தும் மனம் விழித்துக்கொள்ளவில்லை. விழித்த பிறகும் கனவில் கண்ட அமைதி மனத்தில் நிரம்பி வழிகிறது. காலை மலர்கிறது. வெளிச்சம் மெல்லப் பரவுகிறது. காலைப் பறவைகளின் ஓசை காதில் கேட்கிறது. மொட்டு மலர்வதைப்போல் மனம் மெல்ல விழித்துக் கொள்கிறது.

இருபத்தியிரண்டு வயது. வெளியூரில் இருக்கும் நண்பன் ஒருவனுக்குக் கடிதம் ஒன்று எழுதுகிறேன்:

அன்புள்ள . . . . .

என் மன நிலையை, உள்நிலையை என்னவென்று உனக்குச் சொல்வது என்று எனக்குத் தெரியவில்லை. எதைப்போல் இருக்கிறது என்று வேண்டுமானால் சொல்ல முயற்சி செய்கிறேன்.

வீசியடித்த பெருங்காற்று ஒன்று என்னைச் சுழற்றி இழுத்துக்கொண்டு போய் எங்கோ போட்டுவிட்டதைப் போல் இருக்கிறது. அடர்ந்த கானக வெளி. முட்கள் நிறைந்த புதர்கள் மண்டி இருக்கின்றன. சுற்றிலும் அடர்ந்த பெரும் மரங்கள். சூரிய வெளிச்சம் வெறும் கீற்றுகளாய் இலைகளின் இடைவெளிகள் வழியே அங்கங்கே பாய்கின்றன. இருளும் பசுமையும் ஊடாடும் வெளிச்சம் எங்கும் பரவியிருக்கிறது. மிகவும் அடர்த்தியான நிசப்தம் கானக வெளியை நிறைத்து நிற்கிறது. நட்ட நடுவில் நான் நிற்கிறேன். மனம் சோர்ந்து, அடர்ந்து பரவியிருக்கும் புற்களின்மேல் உட்காருகிறேன்.

எந்தத் திசையிலும் சில அடிகளுக்கு மேல் நடக்க வழியில்லை. எவ்வளவு நேரம் அப்படியே அமர்ந்திருப்பது? ஏதாவது செய்தாக வேண்டும். எழுந்து கொள்கிறேன். புதர்களை விலக்க முயற்சிக்கும் போது கைகளில் முள் தைக்கிறது. வெளியே போகும் வழிக்கான கருவிகளையும் அங்கிருந்துதான் உருவாக்கிக்கொள்ள வேண்டும். அருகில் இருக்கும் ஒரு மரத்திலிருந்து ஒரு கனமான நீண்ட கொம்பை உடைத்துக் கொள்கிறேன். சுற்றிலும் உள்ள புதர்களை அடித்து அழிக்கிறேன். சிறிது வழி உண்டாகிறது. மரங்களை ஒன்றும் செய்ய முடியவில்லை. புதர்களைத்தான் அழித்து விலக்க முடிகிறது.

மேலும் சில புதர்களை அடித்து விலக்குகிறேன். ஏதேதோ பூச்சிகள் ஓடுகின்றன. உடலும் மனமும் சோர்ந்துபோகின்றன. மாலையின் இருள் கவிகிறது. பூச்சிகளின் ரீங்காரமும் பறவைகளின் கூச்சலும் கானக வெளியை நிறைக்கின்றன. அயர்ச்சியில் படுத்துக்கொள்கிறேன். பசிப்பதுபோல் இருக்கிறது. எழுந்து கொள்ளத் தெம்பில்லை. தூங்கி விடுகிறேன். இடையில் விழிப்புக் கொடுக்கிறது. ஒருகணம் ஒன்றும் புரியவில்லை. சுற்றிலும் பார்க்கும்போது எல்லாம் நினைவுக்கு வருகிறது. மின்மினிகளின் ஒளிப் புள்ளிகள் அழிந்துகொண்டே இருக்கும் கோலங்களை வரைகின்றன. மிக மிக மெல்லியதொரு வெளிச்சம் படர்ந்திருக்கிறது. நட்சத்திரங்களின் ஒளியா அல்லது நிலவின் ஒளியா என்று தெரியவில்லை. பசிக்கிறது. ஆனால் அப்போது செய்வதற்கு ஒன்றுமில்லை. என்னையறியாமல் தூங்கிப் போகிறேன்.

விழிக்கும்போது மறுபடி நிழலும் பசுமையும் கலந்த வெளிச்சம். சுற்றிலும் பார்க்கிறேன். விதவிதமான நிறங்களிலும் அளவுகளிலும் உருவங்களிலும் மரங்களில் கனிகள் காய்த்துத் தொங்குகின்றன. ஒரு பழத்தை எடுத்துத் தயக்கத்துடன் கடிக்கிறேன். துவர்ப்பும் லேசான இனிமையும் கலந்த ருசி. பசிக்குப் பரவாயில்லை. இரண்டு பழங்களைத் தின்று முடிக்கிறேன். தாகமாக இருக்கிறது. தணித்துக்கொள்ள வழியொன்றுமில்லை. கொம்பைத் தேடி எடுக்கிறேன். புதர் வேட்டை தொடர்கிறது. வழி வளர்கிறது. சூரியனின் கீற்றுகள் செங்குத்தாய்க் கீழே விழுகின்றன. சோர்வும் தாகமும் உடலை வதைக்கின்றன.

மேலும் ஒரு மணி நேரம் புதர்களுடன் போராடியதில் ஒரு இடத்தில் சிறிய மைதானம் தெரிகிறது. சூரிய வெளிச்சம் நிறைந்திருக்கிறது. சற்று நேரத்தில் புதர்களை விலக்கி மைதானத்தை அடைகிறேன். நீல வானத்தின் ஒரு பெரிய திட்டு தெரிகிறது. நீரின் மெல்லிய சலசலப்பு எங்கோ கேட்கிறது. தேடிப் பார்க்கிறேன். ஒரு இடத்தில் பாறைகளின் இடைவெளியிலிருந்து தெளிவான நீர் வழிந்து கொண்டிருக்கிறது. ஆவலுடன் கைகளில் ஏந்திக் குடிக்கிறேன். குளிர்ந்தும் சுவையுடனும் இருக்கிறது. தாகம் தணிகிறது.

என் நிலைமையையும் மீறி அந்த இடத்தின் அழகு மனத்தை வசீகரிக்கிறது. பசிக்குப் பழங்கள். தாகத்துக்கு நல்ல நீர். உடனடிச் சிக்கலில்லை. உடல் ஓய்வு கேட்கிறது. கால்களை நீட்டிப் படுக்கிறேன். வானத்தின் நீலத்திட்டில் ஆழ்ந்து மனம் சிறிது அமைதிகொள்கிறது. சிக்கலின் எல்லையை மீறிய அமைதியில் சற்றுத் தூங்கி விழிக்கிறேன்.

முன்மாலைப் பொழுது. பாறைகளின் மேல் ஏறிப் பார்க்கும் போது வழி இருப்பதுபோல் தெரிகிறது. சில புதர்களை விலக்கிக்

கொண்டு பாறைகளின் மேல் ஏறுகிறேன். ஒவ்வொரு அடியிலும் மேலும் சில அடிகளுக்கான வழி தெரிகிறது. காற்றின் வீச்சு தெரியத் தொடங்குகிறது. ஒரு சிறிய குன்றின் மேல் ஏறிக்கொண்டிருக்கிறேன். சிறிது நேரத்தில் உச்சியை அடைகிறேன். மறுபுறம் கண்ணுக்கெட்டிய தூரம் வரைக்கும் விசாலமான வறண்ட புல்வெளி. மெதுவாகக் கீழே இறங்கி சமவெளியை அடைகிறேன்.

பின்மாலை வெய்யிலின் மஞ்சள் வெளிச்சம் எங்கும் படர்ந்திருக்கிறது. வீசும் காற்று உடலைத் தேய்த்துக்கொண்டு போகிறது. கண்ணுக்கெட்டிய தூரம் வரைக்கும் வெறும் வறண்ட வெளி. கானகத்தின் அடர்வெளியிலிருந்து ஒருவழியாக வெளியே வந்தாகிவிட்டது. இப்போது இந்த வறள்வெளி. எது மேலானது? காலையில் நிச்சயம் வெய்யில் இங்கு கடுமையாக இருக்கும். முடிந்த வரையில் இப்போதே எவ்வளவு தூரம் கடக்க முடியுமோ கடந்து விட வேண்டியதுதான். நடக்கிறேன். இருள் பரவுகிறது. காற்றின் குளுமை அதிகமாகிறது. கால்கள் சோர்ந்துபோகும் வரையிலும் நடந்துகொண்டே இருக்கிறேன்.

இது எந்த நாள், எந்த இடம் என்பது பற்றிச் சிறிதும் தெரியவில்லை. எனக்குத் தெரிந்த மனிதர்கள் எங்கே இருக்கிறார்கள், நானறிந்த உலகம் எங்கே இருக்கிறது என்று அறிய முடியவில்லை. எப்போதும் இந்தக் கானக வெளியிலும் காய்ந்த புல்வெளியிலும் அலைந்துகொண்டே இருந்திருப்பதைப் போல் தோன்றுகிறது. இது நான் அறிந்த உலகத்தின் அறியாத பகுதிதானா, அல்லது நான் அறியாத வேறொரு உலகமா? தெரியவில்லை. நிமிர்ந்து பார்க்கிறேன். வானத்தில் நிலவின்சுவடு இல்லை. நட்சத்திரங்கள் மினுக்குகின்றன. காற்றில் குளிர்ச்சி அதிகரிக்கிறது. சட்டையை இறுக்கிக் கைகளைக் கட்டிக்கொள்கிறேன். கால் வலிக்கும் வரைக்கும் நடக்கிறேன். அதற்கு மேல் முடியவில்லை. உட்கார்ந்து விடுகிறேன். பசி மறுபடியும் வாட்டத் தொடங்குகிறது. கனிகள் தொங்கிய கானகவெளி வெறும் கனவைப் போல் தோன்றுகிறது. உட்கார்ந்திருக்கக்கூட உடலில் சக்தியில்லை. படுக்கிறேன். நட்சத்திரங்கள் இடம் மாறியிருக்கின்றன.

அறிந்ததைத் தேடுகிறது மனம். வீட்டில் மாடியில் படுத்திருக்கும்போது தெரியும் விமானத்தின் தூரத்து ஒளிப் புள்ளிக்கும் அதன் மெல்லிய ரீங்காரத்துக்கும் ஏங்குகிறது. வெறும் நட்சத்திரங்கள்தான் மின்னுகின்றன.

பசிக்குப் பழங்களும் தாகத்துக்கு நீரும் தந்த கானகவெளியை விட்டு வந்திருக்கக் கூடாதோ என்று மனம் சஞ்சலப்படுகிறது. ஆனால் சொற்ப நேரத்துக்குப் பசியும் தாகமும் அடங்கும் அற்ப திருப்திக்காக எப்படிக் காலத்தை அங்கேயே கழித்து விட

முடியும்? இருக்கும் இடத்தில் இருக்க முடியாமல் அலையும் இந்த அலைதலின் முடிவுதான் என்ன? நினைவின் காட்சிகள் மனத்தை அலைக்கழிக்கின்றன. தூங்கிப் போகிறேன்.

வெய்யில் நன்றாக உறைக்க விழித்துக்கொள்கிறேன். உடம்பெல்லாம் வலிக்கிறது. வெய்யில் ஏறியிருக்கிறது. எந்த நாளோ, அந்த நாளில் மணி காலை ஒன்பதாவது இருக்கும். என் புதிய நாட்காட்டியில் மூன்றாவது நாள். புதிய காலக் கணக்கு ஒன்று தொடங்கியிருக்கிறது. எழுந்து கொள்கிறேன். முடியாமல் நடக்கத் தொடங்குகிறேன். காலடியிலும் உடலின் மேலும் உஷ்ணம் உறைக்கிறது. நாக்கு வறள்கிறது. உட்கார்ந்துவிட உடல் கெஞ்சுகிறது. மனம் மறுக்கிறது. இப்போது உட்கார்ந்து விட்டால் மரணம்தான். மேலே நடக்கிறேன். சூரியன் உச்சிக்கு வருகிறது. நடையின் வேகம் வெகுவாகக் குறைந்து விட்டிருக்கிறது. நின்றுவிடக் கூடாது. நின்றால் விழுந்துவிடுவேன். நிற்காமல் மெல்லவாவது நடந்துகொண்டிருக்க வேண்டும். ஒவ்வொரு அடியாய் மெல்ல வைத்து நடக்கிறேன். எதிரே கானல் விரிந்து அலை அலையாய் மேலேறுகிறது. கண் இருட்டிக்கொண்டு வருகிறது. தலையை உதறிக்கொண்டு நடக்கிறேன். வெகு தூரத்தில் மரங்களைப்போல் புகையாய் ஏதோ தெரிகிறது. தலை சுற்றுகிறது. அவ்வளவுதான் தெரியும்.

விழிக்கும்போது இருட்டிப் போயிருக்கிறது. தலைக்குள் வலி விட்டுவிட்டு விண்விண் என்று தெறிக்கிறது. காற்று சில்லென்று வீசுகிறது. எழுந்திருக்காமல் சற்றுநேரம் படுத்துக்கொண்டே இருக்கிறேன். மனம் ஆழ்ந்த விரக்தியில் செயலிழந்து இருக்கிறது. திடீரென்று கடைசியாக, மயக்கம் வந்து விழுவதற்கு முன்னால், தூரத்தில் ஏதோ பார்த்தது நினைவுக்கு வருகிறது. அவசரமாக எழுந்திருக்க முயல்கிறேன். தலை சுற்றுகிறது. சில கணங்கள் கண்மூடிப் படுத்திருக்கிறேன். பிறகு மெதுவாக எழுந்திருக்கிறேன். மிகவும் பலவீனமாக இருக்கிறது. தூரத்தில் மரங்கள் போல் தெரிந்த திசையில் பார்க்கிறேன். இருட்டாக இருக்கிறது. ஒன்றும் தெரியவில்லை. சுற்றி எல்லாத் திசைகளிலும் பார்க்கிறேன். ஒரு திசையில் வெகு தூரத்தில் நான் இறங்கி வந்த குன்று நிழலாய்த் தெரிகிறது. அதற்கு நேர் எதிர்த் திசையில்தான் நான் போய்க்கொண்டிருந்தேன் என்பது நினைவுக்கு வருகிறது.

வெளிச்சம் வரும் வரைக்கும் காத்திருக்க முடியாது. நடக்கத் தொடங்குகிறேன். மிக மெதுவாக நடந்தாலும் நின்றுவிடாமல் நடக்கிறேன். உடம்பு வலித்தாலும் தூங்கி எழுந்திருந்தது ஓரளவுக்கு தெம்பு கொடுத்திருக்கிறது. அயர்ச்சியில் பசியும் தாகமும் மரத்துப் போய்விட்டிருக்கின்றன. எவ்வளவு நேரம், எவ்வளவு தூரம் நடந்திருப்பேன் என்று கணக்குத் தெரியவில்லை.

கீழ்வானில் மிக மெல்லிய வெளிச்சம் விழிக்கிறது. தூரத்தில் மரங்கள் புலப்படுகின்றன. நம்பிக்கை கூடியவனாக நடந்து முன்னேறுகிறேன். மரங்களின் தோப்பு தொடங்குவதற்கு முன்னால் சிறு வாய்க்கால் ஒன்று ஓடிக்கொண்டிருக்கிறது. காற்றில் ஈர வாசனையும் குளுமையும் கூடுகிறது. நாசி அந்த ஈரத்தை மூச்சிழுத்து ஆவலுடன் குடிக்கிறது. மரத்துப் போயிருந்த தாகம் விழித்துக் கொள்கிறது. வாய்க்காலின் கரையை அடைந்ததும் காலில் ஈரம் படர, கால்கள் நீரை உறிஞ்சுகின்றன. குனிந்து கைகளால் நீரை அள்ளி அள்ளிக் குடிக்கிறேன். முகத்திலும் உடலிலும் நீரைவாரி இறைத்துக் கொள்கிறேன். உடல் சற்று நிம்மதியடைகிறது. சோர்வு மேலிடுகிறது. வாய்க்காலின் கரையிலேயே படுக்கிறேன். குருவிகள் அருகில் வந்து சுற்றிப் பறக்கின்றன. அமர்ந்து கீச் கீச்சென்று கத்துகின்றன. தூக்கம் கண்ணைச் சுழற்றுகிறது.

தூங்கி விழித்துப் பார்க்கும்போது பிற்பகல் ஆகிவிட்டிருப்பது தெரிகிறது. எழுந்து இடுப்பளவு தண்ணீர் ஓடும் வாய்க்காலைத் தாண்டி அக்கரைக்குச் சென்று தோப்பில் நுழைகிறேன். ஒன்றிரண்டு பறவைகளின் ஓசை எழுந்து அடங்குகிறது. மரங்களின் இடையே தூரத்தில் சில குடிசைகள் தெரிகின்றன. மனித நடமாட்டம் ஏதும் இல்லை. சற்று தூரத்தில் தோப்பு முடிகிறது. பசுமாடு ஒன்று அசைபோட்டுக்கொண்டு படுத்திருக்கிறது. என் காலடி ஓசை கேட்டு ஒரு காதை மட்டும் தூக்கிப் பார்க்கிறது. தெருவென்று தனியே எதுவுமில்லாமல் அங்கங்கே குடிசைகள் வரிசை ஏதுமின்றி இருக்கின்றன.

பசிக்கிறது. குடிசைகளின் ஊடே மெல்ல நடக்கிறேன். சில குடிசைகளைத் தாண்டிய பிறகு ஒரு குடிசையினுள்ளிருந்து நடு வயதுப் பெண் ஒருத்தி வெளியே வருகிறாள். அவள் கையில் உள்ள பாத்திரத்தில் தண்ணீர் இருக்கிறது. அதை ஓரமாக வைத்து விட்டு உள்ளே போகிறாள். சில கணங்களில் வெளியே வந்து குடிசையைச் சுற்றியுள்ள பகுதியைப் பெருக்கத் தொடங்குகிறாள். பத்தடி தொலைவில் நின்றிருக்கும் என்னை அவள் பார்த்ததாகத் தெரியவில்லை. பெருக்கி முடித்துத் தண்ணீரை எடுத்துக் குடிசை வாசலில் தெளிக்கிறாள். நான் சற்று முன்னே நடந்து அவளருகில் போகிறேன்.

ஐந்தடி தூரத்தில் இப்போது நிற்கிறேன். தண்ணீர் தெளித்து முடித்ததும் என் பக்கம் திரும்பாமலேயே கையில் பாத்திரத்துடன் உள்ளே செல்கிறாள். என்னை அவள் பார்க்காமல் இருந்திருக்க முடியாது. அவ்வளவு அருகில் நான் நின்றுகொண்டிருக்கிறேன். அந்த உதாசீனம், அலட்சியம் மனத்தை வருத்துகிறது. மறுபடி வெளியே வருகிறாள். நீர் தெளித்த தரையில் கோலம் போடத் தொடங்குகிறாள். பசி வயிற்றைச் சுண்டியிழுக்கிறது.

அவமதிப்பையும் பொருட்படுத்தாமல் இன்னும் அருகில் சென்று நிற்கிறேன். கோலம் போட்டு நிமிர்கிறாள். என் பக்கம் பார்க்கிறாள். ஆனால் என்னையல்ல. என்னைத்தாண்டி அவள் பார்வை நீள்கிறது. இப்போது நான் அவள் கண்களில் படாமல் இருப்பதற்கு சிறிதும் வாய்ப்பில்லை. ஆனால் என்னைப் பார்த்ததற்கான அறிகுறி ஏதும் அவள் கண்களில் தென்படவில்லை.

அந்த இடத்திற்கு நான் அந்நியன். எதிரிலேயே நின்று கொண்டிருக்கிறேன். அவள் என்னை சிறிதும் கண்டு கொண்டதாகவே தெரியவில்லை. அவமானத்தை மீறி, ஆச்சரியம் என் மனத்தை ஆட்கொள்கிறது. அவள் முகத்தைக் கூர்ந்து பார்க்கிறேன். அதில் அலட்சிய பாவம் சிறிதும் தென்படவேயில்லை. என் பக்கம்தான் பார்த்துக்கொண்டிருக்கிறாள். மூன்றடி இடைவெளிதான் எனக்கும் அவளுக்கும் நடுவில் இருக்கிறது.

அப்போதுதான் எனக்கு ஒன்று தோன்றுகிறது. அவளுக்கு என்னைத் தெரியவே இல்லை. எதிரிலேயே நின்றுகொண் டிருக்கிறேன். ஆனாலும் அவள் என்னைப் பார்க்கவில்லை. அவள் பார்வையற்றவள் இல்லை. எல்லா வேலைகளையும் இயல்பாகத்தான் செய்கிறாள். கண்களை அகல விரித்து என்னைத் தாண்டிப் பார்த்துக்கொண்டுதான் இருக்கிறாள். ஆனால் என்னை மட்டும் அவள் பார்க்கவில்லை. நான் அவள் கண்களுக்குத் தெரியவில்லை. அது இப்போது தெளிவாகத் தெரிகிறது. ஆனால் ஏன்? எல்லாம் தெரியும்போது நான் மட்டும் அவள் கண்களுக்கு எப்படித் தெரியாமல் போக முடியும்?

எதிரில் போய் நின்று, "அம்மா," என்று கூப்பிடுகிறேன். அவள் முகத்தில் கொஞ்சமும் சலனம் இல்லை. அவளுக்கு நான் பேசுவதும் கேட்கவில்லை. என்ன நடக்கிறது எனக்கு? அங்கிருந்த மரத்தடியில் இருந்த பாறையின் மேல் போய் உட்காருகிறேன். ஆடுகளை ஓட்டிக்கொண்டு ஒரு சிறுவன் வருகிறான். பன்னிரண்டு வயதிருக்கலாம். எழுந்திருந்து அவன் முன்னே போய் நிற்கிறேன். முதலில் ஆடுகள் வருகின்றன. நேராக வழியில் சென்று நிற்கிறேன். ஆடுகள் விலகிச் செல்கின்றன. சிறுவன் என் மேல் இடித்துக் கொண்டே செல்கிறான். ஆக, நான் இவன் கண்ணுக்கும் தெரிய வில்லை.

நான் இல்லாத உலகம் போலிருக்கிறது இது. இங்கு எனக்கு மட்டும்தான் நான் இருக்கிறேன். மற்றவர்களுக்கு இல்லை. இங்கு நான் செய்வதற்கு ஒன்றுமில்லை. அந்தப் பகுதியிலிருந்து விலகி நடக்கிறேன். சற்று தூரத்திற்கு வயல்வெளிகள், தூரத்து மலைமுகடுகள். சிறிது தொலைவில் ஒரு மண் பாதை தெரிகிறது. அதை அடைந்து நடையைத் தொடர்கிறேன். பாதையின்

இருபுறமும் தன்னிச்சையாக வளர்ந்திருக்கும் செடிகளில் பல வண்ணங்களில் சின்னஞ்சிறு மலர்கள். அவை என்னைப் பார்ப்பதுபோல் தோன்றுகிறது. மனிதர்களின் கண்ணுக்குத்தான் நான் தெரியவில்லை போலிருக்கிறது. அவர்கள் உலகத்தில்தான் நான் இல்லை.

சூரிய அஸ்தமனத்திற்கு இன்னும் சிறிது நேரம் இருக்கிறது. ஒரு புறம் தனிமை உணர்வு மனத்தை ஆட்கொள்கிறது. இன்னொரு புறம் அந்த உணர்வுக்குச் சற்றும் தொடர்பின்றி, அனைத்துடனும் ஒன்றியிருப்பதான உணர்வும் ஆழமாக இருக்கிறது.

சற்று நேரம் நடந்து சென்றதும் அந்தப் பாதை ஒரு சிற்றூரில் சென்று சேர்கிறது. இருபுறமும் சிறிய கடைகள். அங்கங்கே சில ஆண்களும் பெண்களும் நடந்துகொண்டிருக்கிறார்கள். கடை வாசல்களிலும் சிலர் இருக்கிறார்கள். மெல்லிய நம்பிக்கை மனத்தில் எழுகிறது. நாற்பது வயது மதிக்கத்தக்க ஒருவர் எதிரே வருகிறார். அவரைப் பார்க்கிறேன். அவருடைய கண் பாதி மூடி இருக்கிறது. தூக்கத்தில் நடப்பவரைப்போல் தெரிகிறார். ஒரு கடையருகில் சென்று பார்க்கிறேன். கடைச் சிப்பந்திகளும் கடை வாசலில் நின்றிருக்கும் ஒரு பெண்மணியும்கூட அரைக்கண் மூடிய நிலையில்தான் இருக்கிறார்கள். கடையின் சொந்தக்காரர்போல் இருந்தவரிடம் சென்று, சாப்பிட ஒரு வாழைப்பழம் கிடைக்குமா என்று கேட்கிறேன். நான் சொன்னது அவர் காதில் விழுந்ததாகத் தெரியவில்லை. யாரும் என் பக்கம் திரும்பக்கூட இல்லை.

பசி தாங்க முடியவில்லை. கை நீட்டி ஒரு சீப்பிலிருந்து இரண்டு வாழைப் பழங்களை நானே பிய்த்து எடுத்து உரித்துச் சாப்பிடுகிறேன். யாருக்கும் ஒன்றும் தெரியவில்லை. மேலே நடந்து செல்கிறேன். பாதையோரத்தில் குழந்தைகள் ஏதோ விளையாடிக்கொண்டிருக்கிறார்கள். அவர்களைக் கடந்து செல்லும்போது ஒருவர்கூடத் திரும்பிப் பார்க்கவில்லை.

ஊர் முடிந்து வயல்வெளி தொடங்குவதற்கு முன்னால் பெரிய மரங்கள் சில தென்படுகின்றன. தூரத்து மலைத் தொடர்களுக்குப் பின்னால் சூரியன் மறையத் தொடங்குகிறது. செம்மஞ்சள் ஒளி எங்கும் மெல்லப் படர்கிறது. அருகில் ஒரு நீரோடை. அதிலிருந்து வயல்களுக்கு ஒரு சிறிய வாய்க்கால் பிரிந்து போகிறது. தண்ணீர் தெளிவாக ஓடிக்கொண்டிருக்கிறது. அள்ளி அள்ளிக் குடிக்கிறேன். மரத்தடியில் படுக்கிறேன். ஓடும் நீரின் சலசலப்பு கேட்கிறது. இருள் படர்கிறது. வானில் நட்சத்திரங்கள் தெரியத் தொடங்குகின்றன. காற்று மென்மையாக வீசிச் செல்கிறது. எனக்கு நடந்து கொண்டிருக்கும் இந்த ... இதை என்னவென்று

சொல்வது? கனவா? கனவு இவ்வளவு தொடர்ச்சியாக நடக்குமா? என்னதான் இது? நினைவின் அலைகள் தூக்கத்தின் கரைகளில் சென்று சேர்கின்றன.

அதிகாலையில் விழித்துக் கொள்கிறேன். இன்னும் முழு வெளிச்சம் விரியவில்லை. நிழலாய் உலகம் தெரிகிறது. இந்த உலகம் முற்றிலும் அந்நியமாக இருக்கிறது. அனைவரும் அந்நியமாய்த் தெரிகிறார்கள். தவறான வீட்டிற்குள் நுழைந்து விட்ட விருந்தாளியைப் போல நானும் சுற்றுப்புறத்திலிருந்து அந்நியப்பட்டுப் போய்த் திரிகிறேன்.

எனக்கு நானே அந்நியனாக, விசித்திரமானவனாக இருக்கிறேன். என்னை ஒவ்வொரு கணமும் தமக்குள் உருவாக்கி என்னை எனக்கே தரும் மற்றவர்கள் யாரும் இல்லாமல் இருக்கிறேன். என்னை நானே உருவாக்கிக் கொள்ளும் எனக்குத் தெரிந்த உலகமும் காணாமல் அலைகிறேன்.

நீரோடையில் முகத்தைக் கழுவிக்கொண்டு தண்ணீர் குடித்துவிட்டு மேலே நடக்கிறேன். எங்கே போகிறேன், அடுத்து என்ன நடக்கப் போகிறது, என் சாலையின் அடுத்த திருப்பத்தில் எனக்காக என்ன காத்துக்கொண்டிருக்கிறது என்பது பற்றி எந்த மன உருவகமும் கொள்ள வழியின்றி, கண்ணும் மனமும் திறந்தபடி அடுத்தடுத்த அடி வைத்து நடந்து போய்க்கொண்டே இருக்கிறேன்.

இதற்கு மேல் என் உள்நிலையைப் பற்றி என்ன சொல்வது என்று எனக்கு ஒன்றும் தெரியவில்லை.

அன்புடன்,

......

காணாமல் போவது ஒரு கட்டத்துக்கு மேல் எனக்கு முழுவதும் பழகிப் போய்விட்டிருக்கிறது. நான் மையமாக இருந்து கொண்டு, சுற்றியுள்ள வெளியில் நிகழ்வுகளும், அதில் புதிய நான்களும் தோன்றி, நிகழ்ந்து, மறைந்துபோவதைப் பார்த்துக் கொண்டிருப்பது இயல்பாகி விட்டிருக்கிறது.

பார்த்துக்கொண்டிருக்கும் என்னைப் பார்த்துக்கொள்ளும் விழைவு ஒரு நாள் தோன்றுகிறது. அந்த விழைவு சுற்றி விரிந்திருக்கும் கவனத்தை உள்ளிழுத்துப் புள்ளியாய்க் குவிக்கிறது. கண்களை மூடிக்கொண்டு என்னைப் பார்த்துக் கொள்கிறேன். அந்தக் கணத்தில் புள்ளி விரிந்து பரவுகிறது. அமைதி நிறைகிறது. மனம் அடங்குகிறது. கண்களைத் திறக்கிறேன். அமைதியும் தெளிவும்

இன்னும் பரவுகின்றன. அசையாமல் நின்றுகொண்டிருக்கும் கட்டடங்கள், காற்றில் அசைந்துகொண்டிருக்கும் மரங்கள், நடந்து போய்க்கொண்டிருக்கும் மனிதர்கள், காற்று வீசிக்கொண்டிருக்கும் பெருவெளி, மேகங்கள் மிதந்து போய்க்கொண்டிருக்கும் வானம், அனைத்தையும் நிறைத்துக் கடந்து, காட்சிவெளியின் எல்லைகளைத் தாண்டிப் பரவி வழிந்து போய்க்கொண்டே இருக்கிறது அமைதியும் தெளிவும்.

மையத்தில் ஒரு புள்ளியாய் இருந்துகொண்டு சுற்றிலும் பார்த்துக்கொண்டிருந்த நான் இப்போது ஒரு வெளியென விரிந்திருக்கிறேன். அந்த வெளியில் எல்லாம் நிகழ்ந்து கொண்டிருக்கிறது.

பார்க்கும் கோணம் மாறிப் போனாலும், நிகழ்வுகளும், அதில் தோன்றி, இருந்து, நான்கள் காணாமல் போவதும் மாறவே யில்லை. நான் காணாமல் போகும் கதை தொடர்ந்து நடந்து கொண்டுதான் இருக்கிறது.

இருபது வயதில் எனக்கு அறிமுகமான நண்பன் பதினான்கு வருடங்கள் கழித்து இறந்து போகிறான். காலை பதினொரு மணிக்கு எனக்கு ஒரு அஞ்சலட்டை மூலமாகத் தகவல் கிடைக்கிறது. அவன் இறந்துபோனது வெளியூரில். சம்பவம் நடந்து இரண்டு நாட்கள் கழித்துத்தான் எனக்குத் தகவல் கிடைக்கிறது. மனம் ஒரு கணம் சலனமற்று உறைந்து போகிறது.

நெருங்கிய நட்பு. அறிவின் துடிப்பும், மென்மையான மனத்தின் அலைபாய்தலும், புதிய விஷயங்களைத் தேடி உள்வாங்கிக்கொள்ளும் திறந்த மனமும் கொண்டவன். அறிவுக்கும் இதயத்துக்கும் நடுவில் இடைவெளி இல்லாத அகப்பாங்கு. எங்கள் நண்பர்கள் வட்டத்தில் அவன் ஒரு செல்லக் குழந்தை.

உடல்நலம் குன்றி இருந்த அவனை மருத்துவ வசதி சார்ந்த காரணங்களால் வெளியூருக்கு அழைத்துச் செல்கிறார்கள். கிளம்புவதற்கு முன் ஒருநாள் நண்பர்கள் அனைவரையும் தன் வீட்டிற்கு அழைக்கிறான். எத்தனையோ சனிக்கிழமை இரவுகள் இசை, ஓவியம், இலக்கியம், கவிதை என்று பல விஷயங்கள் பற்றிப் பேசிக்கொண்டு அவனுடன் கழித்த அவன் வீட்டுக்குக் கடைசி முறையாகச் செல்கிறோம். ஒவ்வொருவருக்கும் ஒரு புத்தகத்தைக் கையெழுத்துப் போட்டுத் தருகிறான். சில மாதங்களில் திரும்ப வந்துவிடுவதாகச் சொல்கிறான். நாங்கள் விடைபெற்றுக்கொண்டு

திரும்புகிறோம். இரண்டு மாதங்களில் அவன் இறந்து போன செய்தி எங்களுக்குக் கிடைக்கிறது.

காலையில் செய்தி கிடைத்து உறைந்து போன மனம் சற்றுநேரம் கழித்து மெல்ல அசைந்து கொடுக்கிறது. மாலையில் நண்பர்கள் சந்திக்கிறோம். யாருக்கும் ஒன்றும் பேசத் தோன்றவில்லை. மனத்தில் நினைவுகள் ஒவ்வொன்றாக மேலெழும்புகின்றன. வெறும் ஞாபகமாக இல்லாமல் காட்சி களாக வெளிப்பட்டு மனத்தைத் தாக்குகிறது. இரவு பசியின்றி ஏதோ சாப்பிட்டுவிட்டுப் படுக்கிறேன். காட்சிகள் தோன்றி மனத்தை வதைக்கின்றன. என் வீட்டின் நிலைவாசல் சட்டத்தின் நடுவில் உடல் நிமிர்ந்து அவன் நிற்கும் காட்சி தோன்றித் தோன்றி மறைகிறது. தூக்கத்தில் மனம் அமிழ்ந்து போகும் கணத்தில் அவன் என் பெயர் சொல்லி அழைக்கும் குரல் தெளிவாகக் கேட்கிறது. திடுக்கிட்டு விழித்துக்கொள்கிறேன்.

கடற்கரைச் சாலையின் புல்வெளியில் அமர்ந்து அவனுடன் பேசும் காட்சி விரிகிறது. நண்பர் வீட்டில், சாலைகளில், புத்தகக் கடைகளில், அச்சுக் கூடங்களில், இலக்கியக் கூட்டங்களில், அவன் வீட்டில், என் வீட்டில், பஸ்ஸில், மோட்டார் சைக்கிளில், அவன் அலுவலகத்தில், என் அலுவலகத்தில், உணவு விடுதிகளில், தேநீர் விடுதிகளில் என்று அவனுடன் நான் கழித்த ஏறக்குறையப் பதினான்கு வருடங்களின் நினைவுப் பதிவுகள் மனத்தில் தோன்றி, இருந்து, மறைகின்றன. வெறும் நினைவாக இல்லாமல் ஒவ்வொரு காட்சியையும் நான் மறுபடி வாழ்வதாக இருக்கிறது. ஒவ்வொரு காட்சியிலும் உடன் வாழ்கிறேன். அது முடியும் கணத்தில் அவன் இல்லாமையின் உண்மை மனத்தைத் தாக்குகிறது. காட்சி மறையும்போது நானும் சேர்ந்து அவனுடன் மறைகிறேன். நான் இல்லாமல் போய்க்கொண்டிருப்பதான உணர்வு மனத்தில் மிதந்துகொண்டே இருக்கிறது.

மூன்று நாட்கள் இவ்வாறு அவனுடன் நான் கழித்த காலம் என்னுள்ளிருந்து நினைவுப் பதிவுகளாய் எழுந்து எழுந்து கரைகிறது. நான்காம் நாள் காலை உடலும் மனமும் சோர்ந்திருக்கிறது. அவன் இல்லை என்னும் உண்மை முதல்முறையாக மனத்தில் தெளிவாகத் தெரிகிறது. மூன்று நாட்களாய் மனத்தை வருத்திய அவஸ்தை அடங்கி விட்டிருக்கிறது. ஒரு மென்மையான வேதனை மட்டும் ஒரு சிறிய நீர்நிலையைப்போல் மனத்தில் தேங்கி நிற்கிறது.

நான்கைந்து நாட்கள் கழித்து ஒரு நாள் மாலை. நண்பர்கள் எல்லோரும் ஒரு நண்பர் வீட்டின் மாடியில் கூடுகிறோம். மேகங்கள் மூண்டு கனத்துத் தொங்கிக்கொண்டிருக்கின்றன. காற்றில் ஒரு கனம் தேங்கியிருக்கிறது. நான் அதிகமாகப் பேசவில்லை. சில

நண்பர்களின் கண்கள் கலங்குகின்றன. ஒரு நண்பர் தேம்பித் தேம்பி அழுகிறார். நான் வெகு நேரம் மௌனமாகவே அமர்ந்திருக்கிறேன். அழுத நண்பர் என்னிடம், "என்னை விட நீண்டகாலம் அவருடன் பழகி இருக்கிறீர்கள். எனக்கே மனம் தாங்கவில்லை. ஆனால் நீங்கள் அசையாமல் உட்கார்ந்து இருக்கிறீர்களே, எப்படி என்று எனக்குப் புரியவில்லை," என்று கிட்டத்தட்டக் குற்றம் சாட்டும் பாவனையுடன் சொல்கிறார்.

மனத்தில் அமைதியாய்த் தேங்கி நிற்கும் வேதனை கனிவானதொரு மெல்லிய உணர்ச்சியாய்க் கனிந்து அரும்புகிறது. மௌனமாக இருக்கிறேன். ஆனால் எனக்குள் நான் சொல்லிக் கொள்கிறேன்: 'அவனுடன் வாழ்ந்து இருந்த நான் அவனுடனேயே போய்விட்டேன். மனம் வருந்தி அழுவதற்கு உள்ளே யாருமில்லை.'

இருபத்து நான்கு வயது. எங்கும் தனிமை சூழ்ந்திருக்கிறது. அலுவலகத்திலும் வெளியிலும் நண்பர்கள் இருக்கிறார்கள். பிரியமாகத்தான் இருக்கிறார்கள். ஆனாலும் உள்ளுக்குள் ஆழமான தீவிரமான தனிமை. பகிர்ந்துகொள்ள முடியாத உணர்ச்சிகளும் எண்ணங்களும் மனத்தில் நிறைந்திருக்கும்போது தனிமை இருளைப்போல் மனத்தில் கவிந்து கவ்வுகிறது. பகிர்ந்து கொள்ள விருப்பமில்லாத ரகசியங்கள், மறைக்க விரும்பும் விஷயங்கள் என்று ஏதுமில்லை. மற்றவர்களின் பகிர்ந்துகொள்ள இயலாமை, அல்லது விருப்பமின்மை காரணமாக என் அக வாழ்க்கையின் சில பிரதேசங்களில் நான் மட்டும் தனியே உலவிக்கொண்டு இருக்கிறேன். யாரிடம் எதைச் சொல்வது? மற்றவர்கள் காது கொடுத்துக் கேட்கத் தயாராக இருந்தாலும், மனம் கொடுத்து அவர்கள் புரிந்துகொள்ள வேண்டும் என்று நான் எப்படி நிர்ப்பந்திக்க முடியும்?

ஆனால் யாரிடமாவது என்னை வெளிக்காட்டிக்கொள்ள வேண்டும். ஒருவராவது வேண்டும். அந்த ஒருவர்கூட இல்லை. என்னை அறிந்தவர்கள் அறிந்ததை வைத்துக்கொண்டுதான் என்னை வாங்கிக்கொள்கிறார்கள். அறியாதவன் ஒருவன் வேண்டும். அறிமுகமான பின்னும் அறிந்தவனாகிவிடாத ஒருவன் வேண்டும். அவனை நானேதான் உருவாக்கிக்கொள்ள வேண்டும். உருவாக்கிக் கொள்கிறேன்.

நான் அறியாத நண்பனுக்குக் கடிதங்கள் எழுதி நானே வைத்துக்கொள்கிறேன். மனத்திற்குள் அவனுடன் பேசுகிறேன். என் வேதனைகளையும் உணர்ச்சிக் கொந்தளிப்புகளையும் அவனுடன் பகிர்ந்துகொள்கிறேன். என் பிரலாபங்களை அவன்

நான் காணாமல் போகும் கதை

பொறுமையாக, அமைதியாகக் கேட்டுக்கொள்கிறான். அவ்வாறு அவன் கேட்டுக்கொள்வது எனக்கு மிகுந்த ஆறுதல் அளிக்கிறது. தீர்வு காணமுடியாத பிரச்னைகளை உள்ளே எதிர்கொள்ள நேரும்போது அவனுடன் விவாதிக்கிறேன். அவனும் நானும் அந்தப் பிரச்னை குறித்து விரிவாகப் பேசிக்கொள்வதாக, விவரமான உரையாடலாக எழுதுகிறேன். எழுதி முடித்ததும் பெரும்பாலும் தெளிவும் வெளிச்சமும் கிடைக்கின்றன. என் கற்பனையின் உருவமான அவன் பல சமயங்களில் என்னைவிட புத்திசாலியானவனாகத் தெரிகிறான். சந்தர்ப்பங்களின் உணர்ச்சி வியூகங்களில் நான் சிக்குண்டு தவிக்கும்போது ஆழமான புறநிலைக் கோணத்திலிருந்து விஷயத்தைப் பார்த்து, எனக்குக் காட்டி, நான் விடுபட உதவுகிறான்.

ஏறக்குறைய சுயமான ஒரு வியக்தியாக அவன் எனக்குள் உருக்கொள்கிறான். தனக்கென்று தனியாக ஒரு மனம் கொண்டு இயங்குவதுபோல் இருக்கிறான். சில சமயங்களில் நான் என்னைப் புரிந்துகொண்டிருப்பதைவிட இன்னும் ஆழமாக அவன் என்னைப் புரிந்து வைத்திருப்பதாகத் தோன்றுகிறது.

அவனுக்கு எந்தவிதமான குறிப்பிட்ட உருவத்தையும் நான் கற்பிக்கவில்லை. அவன் உயரமானவனோ குள்ளமானவனோ, கறுப்போ சிவப்போ இல்லை. தனியான முகம் ஒன்றும் அவனுக்கு இல்லை.

ஒரு முறை அவனிடம், “நான் உன்னை எப்படி அழைப்பது? ஏதாவது பெயர் சொல்லேன்,” என்று கேட்கிறேன்.

“ஏன் நீயே ஏதாவது பெயர் வைத்து விடேன்,” என்கிறான்.

“இல்லை, நீயே ஒரு பெயர் சொல்லு,” என்கிறேன்.

அவன் சற்று யோசித்துவிட்டு, “சரி, பிரபுதத்தன் என்று என்னைக் கூப்பிட்டுக்கொள்,” என்கிறான்.

எனக்கு வியப்பாக இருக்கிறது. ஏதோ சாதாரணமான பெயர் ஏதாவது சொல்வான் என்று எதிர்பார்த்த எனக்கு சரித்திர காலப் பெயர் ஒன்றை அவன் சொன்னது மிகவும் ஆச்சரியமாக இருக்கிறது.

அவன் என் கற்பனையில் பிறந்த வடிவம். அதில் எனக்குக் கொஞ்சமும் சந்தேகமில்லை. ஆனாலும் அவனுக்கு ஒரு சுய இயக்கம் உண்டாகி இருப்பதையும் மறுக்க முடியவில்லை. என் கற்பனையில் நான் அவனை உருவாக்கினேனா அல்லது அவன் தானாகவே என் கற்பனையில் தன்னை உருவாக்கிக் கொண்டானா என்று சில சமயம் எனக்குள் நானே கேட்டுக்கொள்கிறேன்.

என் நடைமுறை வாழ்வில் அவன் குறுக்கிடுவதே இல்லை. ஆனால் எப்போதும் என்னுடன் இருக்கிறான். நான் அவனை உணராத கணங்களில்கூட. நான் அழைக்கும்போது வருகிறான். சில சமயங்களில் நான் அழைக்காமலேயே தன்னியல்பாக வெளிப்படுகிறான். நான் பயணம் செல்லும்போதும், உணவு விடுதிகளிலும், என் அறையில் நான் தனியே அமர்ந்திருக்கும் போதும், மற்றும் இவை போன்ற எதிர்பாராத சந்தர்ப்பங்களிலும் அவன் நான் அறியாத ஏதாவது ஒரு உருவத்தில் வருவது வழக்கமாக இருக்கிறது.

அவனை நான் சந்திக்கும் சந்தர்ப்பங்களைக் கற்பனையாகக் கூட உருவாக்கிக்கொள்கிறேன். ஆனால் சந்தித்த பிறகு அவன் சொல்லும் விஷயங்கள் பெருமளவுக்கு அவனுடையவையாக, எனக்குத் தெரியாதவையாக இருக்கின்றன.

வெளியூர் செல்லும் பஸ் ஒன்றில் நான் அமர்ந்திருக்கிறேன். என் அருகில் இருக்கும் இருக்கை காலியாக இருக்கிறது. தேநீர் அருந்துவதற்காக பஸ் ஒரு இடத்தில் நின்று சற்று நேரத்தில் புறப்படுகிறது. சிறிது நேரம் கழித்து என் அருகில் யாரோ ஒருவர் வந்து அமர்ந்துகொள்கிறார். பல இருக்கைகள் காலியாக இருக்கும்போது என் அருகில் அவர் வந்து உட்காருவது எனக்கு எரிச்சலாக இருக்கிறது. வெளியே வேடிக்கை பார்த்துக்கொண்டு என் தனிமையில் நான் சுகமாக ஆழ்ந்திருக்கும்போது இது என்ன இடைஞ்சல்?

"என்ன சௌக்கியமா?" என்று அவர் கேட்கிறார்.

எனக்கு ஒன்றும் புரியவில்லை. அதுவரையில் அவரை நான் பார்த்ததேயில்லை. அந்த முகம் எனக்குச் சற்றும் பரிச்சயமானது இல்லை. யோசித்துப் பார்க்கிறேன். கொஞ்சம்கூட நினைவுக்கு வரவில்லை.

"ஐயா, யார் நீங்கள், தெரியவில்லையே?" என்று கேட்கிறேன்.

"தெரியவில்லையா, நன்றாகப் பாருங்கள்," என்று சொல்கிறார். கண்களில் குறும்பு இழைகிறது. கண்களின் பின்னால் இருக்கும் ஏதோ ஒரு பாவம் பரிச்சயமானதாகத் தோன்றுகிறது. இவர் எனக்கு மிகவும் தெரிந்தவர், மிகவும் வேண்டியவர் என்ற உணர்வு மனத்தில் எழுகிறது. ஆனால் யாரென்று தெரியவில்லை. அவர் முகத்தில் ஒரு புன்சிரிப்புடன் என்னையே பார்த்துக்கொண்டிருக்கிறார். மிகவும் சங்கடமான உணர்வு ஏற்படுகிறது. ஒரு கணம் பார்வையை அவரிடமிருந்து விலக்கிக்கொண்டு மனத்தை உள்ளே குவிக்கிறேன்.

பளிச்சென்று தெரிந்துவிடுகிறது. "பிரபுதத்தன்!" என்று கூவுகிறேன்.

வாய்விட்டுச் சிரிக்கிறான் பிரபுதத்தன். "இவ்வளவு நேரமா என்னைத் தெரிந்து கொள்வதற்கு?" என்று குறும்பாகக் கேட்கிறான்.

"எப்படி வந்தாய் திடீரென்று?" என்று கேட்கிறேன்.

"என்ன அசட்டுத்தனமான கேள்வி? எங்கிருந்து வருகிறேன்? உனக்குள்ளிருந்துதானே?" என்று கேட்கிறான்.

கற்பனைதான். இருந்தாலும் மிகவும் சுவாரஸ்யமாக இருக்கிறது. ஆனால் எங்களுக்கிடையே நடக்கும் உரையாடல் களில் எனக்குத் தெரியாத உண்மைகளை அவன் சொல்லும்போது, எந்த அளவுக்கு அவன் என் கற்பனையின் விளைவு, எந்த அளவுக்குச் சுயமானவன் என்று சில நேரம் வியப்பாக இருக்கிறது.

அவனிடமே கேட்கிறேன்: "நீ உண்மையிலேயே இருக்கிறாயா இல்லையா?"

"நீ சொல்கிற இருப்பதும் இல்லாததும் எனக்குப் பொருந்தாது. இருப்பு தொடர்பான உன் அளவைகளில் நான் அடங்கமாட்டேன். உள்ளீடும் உருவமும் உனக்கு இருப்பின் அளவுகோல்கள். எனக்கு அவை கிடையாது. ஆனாலும் நான் இருக்கிறேன். நீ இருப்பது எந்த அளவுக்கு உண்மையோ அந்த அளவுக்கு நான் இருப்பதும் உண்மைதான்." என்கிறான்.

"நீ எங்கே இருக்கிறாய்? எங்கிருந்து இப்போது வந்தாய்?" என்று கேட்கிறேன்.

அவன் எனக்குப் பதில் சொல்கிறான்: "நான் எப்போதும் இப்போதில்தான் இருக்கிறேன். நான் இப்போதிலிருந்து வந்தவன். வேறெங்கு நான் இருக்க முடியும்? இப்போதிலிருந்து இப்போதுக்கு நான் வந்திருக்கிறேன்."

"சில சமயங்களில் நீ சொல்வது எனக்கு கொஞ்சம்கூடப் புரிவதில்லை. நீ இப்போதில் இருக்கிறாய் என்றால் நான் எங்கு இருக்கிறேன்?" என்று கேட்கிறேன்.

"நீ பெரும்பாலும் உன் காலத்திற்குள் இருக்கிறாய். உன் காலமும் இப்போதில்தான் இருக்கிறது. ஆனால் அது உனக்கு இன்னும் தெளிவாகத் தெரியவில்லை. எப்போதாவது உன்னையும் அறியாமல் நீ உன் காலத்தை விட்டு இப்போதுக்கு வருகிறாய். அந்தக் கணங்களில்தான் உன்னிடத்தில் ஓரளவுக்காவது தெளிவும் அமைதியும் குடிகொள்கின்றன."

அவன் என் முகத்தைக் கூர்ந்து பார்க்கிறான். அவன் கண்களில் ஆழமான நேசத்தின் கசிவும் பரிவும் புலப்படுகின்றன.

"அதிகமாக யோசிக்காதே. யோசனையால் ஒன்றும் உபயோகம் இல்லை. யோசனையைவிட கவனம் இன்னும்

முக்கியமானது. யோசனை காலத்தில் நடக்கிறது. கவனம் இப்போதில் நிலைத்திருக்கிறது," என்கிறான்.

"நீ என் கற்பனையில் பிறந்த பிம்பமில்லையா? என்னை விடுத்து நீ தனியாக இருக்கிறாயா?" என்று ஆச்சரியமாகக் கேட்கிறேன்.

"உண்மை. நான் உன் கற்பனையின் பிம்பம்தான். அதாவது என் பிம்பம் உன் மனத்தின் கற்பனையில் பிறந்ததுதான். ஆனால் காலம் கட்டிய உன் மன எல்லைக்குள் இல்லை நான். உண்மையில் நான்தான் உன்னுடைய நான். நீ எப்போதும் இப்போதில்தான் இருக்கிறாய். நீதான் பொய்யாக என்னைத் தனியானவனாகப் பார்க்கிறாய். எப்போது நீ விழித்துக் கொள்ளப் போகிறாய்?" என்று கேட்கிறான்.

"நீ எப்போதும் என்னுடன் இருப்பாயா?" என்று நான் அவனைக் கேட்கிறேன்.

கடிந்து கொள்ளும் பாவனையில் அவன் சொல்கிறான்: "உன் அசட்டுக் கண்மூடித்தனத்திற்கு அளவே இல்லை. சரி, கேட்டுவிட்டாய். பதில் சொல்கிறேன். நீ விழித்துக்கொள்ளும் வரைக்கும் நான் உன்னுடன் இருப்பேன்."

நான்: "அதன் பிறகு?"

சிரிக்கிறான். என் தோளின்மேல் கை வைத்துக்கொண்டு கனிவான கண்களால் என் கண்களுக்குள் பார்த்தபடி சொல்கிறான்: "என் பிரியமானவனே, நீ விழித்துக்கொண்ட பிறகு நான் தனியாக இருக்க மாட்டேன். நான் நீயாகி விடுவேன். அல்லது இன்னும் சரியாகச் சொல்வதென்றால், விழித்துக் கொள்ளும்போது நீ நானாகி விடுவாய்."

புரிந்தும் புரியாமலும் இருக்கிறது. "ரொம்ப யோசிக்காதே. தானே புரியும்," என்கிறான் பிரபுதத்தன்.

அவன் கண்களில் கனிவும் தெளிவும் நிச்சலனமும் ஒளிவீசிக்கொண்டிருக்கின்றன. அதில் லயித்து நான் அமைதி யடைகிறேன்.

பிரபுதத்தன் நான் அறியாத என் நண்பன்.

நனவுகளும் கனவுகளும் தவிர, விழித்திருக்கும் போதே சில சமயம் தானாக மனத்தில் எழும் கற்பிதங்களும் உண்டு. கற்பிதம் தரும் சுதந்திரம் கட்டுப்பாடுகள் அற்றது. வாழ்வனுபவ உலகம்

இயங்கும் வரையறைகள் கற்பித உலகங்களுக்குக் கிடையாது. காலவெளிக் கட்டுப்பாடுகள் இங்கு இல்லை. எதுவும் எங்கும் எப்படி வேண்டுமானாலும் நடக்கலாம். காரண காரியங்கள் தன்னிச்சையான வேறொரு இலக்கணத்தில் இங்கு நடக்கின்றன. வாழ்வனுபவ உலகின் கட்டுப்பாடுகளின் எல்லைக்குள் மட்டுமே இயங்கும் மனம் கற்பித உலகத்தின் சுதந்திரத்தில் குதூகலிக்கிறது. புதிய வீச்சுகளின் லாகவத்தில் ஏறி இறங்கி மிதந்து லயிக்கிறது. கணநேரத்தில் காத தூரம் சென்று திரும்புகிறது. ஆனாலும் ஒரு கட்டத்துக்கு மேல் கற்பிதம் கற்பிப்பவனின் கட்டுப்பாட்டுக்குள் இல்லாமல் போகிறது. தன் சுய கதியில், லயத்தில் அவனை இழுத்துப் போகிறது. தான் தொடங்கிய அந்தக் கற்பிதத்தை முழுவதுமாக அவன் அனுபவிப்பதைத் தவிர அவனுக்கு வேறு வழியில்லாமல் போகிறது.

ஒரு காலகட்டத்தில், அடிப்படையான விஷயங்களைப் பற்றி, மனத்தை ஒவ்வொரு கணமும் ஆழமாகப் பாதித்து அலைக் கழிக்கும் விஷயங்களைப் பற்றி, தீவிரமாக சிந்தித்துக் கொண்டிருக்கிறேன். ஒரு தெளிவும் கிடைக்கவில்லை. ஒரு நாள் இரவு தூக்கம் வராமல் படுக்கையில் விழித்தபடியே படுத்துக்கொண்டிருந்த நேரத்தில் விரக்தி மிகுந்து மனத்தில் தோன்றுகிறது, மரணத்திடம்தான் இந்தக் கேள்விகளுக்கு பதில் கிடைக்கும் என்று.

சட்டென்று எழுந்து உட்காருகிறேன். இது ஏன் உண்மையாக இருக்கக்கூடாது? யோசித்துப் பார்த்தால் சரியாகத்தானே தோன்றுகிறது? மரணத்திடம்தான் கேட்கவேண்டும். அனைத்து விஷயங்களையும் முடித்து முழு உருவம் கொடுக்கும் மரணத்திடம்தான் என் கேள்விகளுக்கான பதில் கிடைக்க முடியும். நிச்சயமாகத் தெரிகிறது. ஆனால் எப்படி? மரணத்தைத் தேடிப் போவதா? அப்படியென்றால்? சாவதா? பதில் கிடைக்கு மென்று எப்படி நிச்சயமாகச் சொல்ல முடியும்? உயிரும் போய், பதிலும் கிடைக்கவில்லை என்றால்?

அது சரியல்ல. மரணத்தைச் சந்திப்பதென்றால் உயிரை விடுவது என்று அர்த்தமல்ல என்று உள்மனத்தில் ஏதோ ஒன்று சொல்லுகிறது. பின் வேறென்ன? ஒன்றும் புரியவில்லை. எழுந்து வெளியே போய் அரைமணி நேரம் நடந்துவிட்டு வருகிறேன். நடந்துவிட்டு வந்ததில் ஒரு வேகம் மனத்தில் ஏற்படுகிறது. மேஜை விளக்கைப் போட்டுக்கொண்டு காகிதங்களை எடுத்து வைத்துக்கொண்டு உட்காருகிறேன். மரணத்தைச் சந்திப்பதாகவும் கேள்விகள் கேட்பதாகவும் எழுதத் தொடங்குகிறேன்.

அதிகாலை வேளை. கடற்கரையில் நடந்துகொண்டிருக்கிறேன். அலைகள் வீசிக்கொண்டிருக்கின்றன. காற்று மேலே தடவிச் செல்கிறது. இரு கைகளையும் மேலே தூக்கி வானத்தை நோக்கி மரணத்தை அழைக்கிறேன். ஒன்றும் நடக்கவில்லை. சற்று நேரம் விரக்தியுடன் நடந்துகொண்டிருக்கிறேன். பிறகு சோர்வுடன் மணலில் உட்காருகிறேன். லேசாக இருட்டிக்கொண்டு வருகிறது. மணலில் சாய்ந்து மல்லாந்து படுக்கிறேன். மேகங்கள் குவிகின்றன. கறுத்து அடர்ந்து ஒன்று சேர்கின்றன. மழை வரும்போல் இருக்கிறது. மிகவும் இருட்டிக்கொண்டு வருகிறது. நிச்சயம் நல்ல மழை இருக்கும். ஆனால் எழுந்து போகும் உந்துதல் இல்லை. மழை வந்தால் என்ன? வரட்டும். நனைய வேண்டியதுதான்.

ஆனால் மழை வரவில்லை. மேகங்கள் இன்னும் அடர்ந்து கறுக்கின்றன. ஒன்று சேர்கின்றன. அனைத்து மேகங்களும் வானில் ஒரே இடத்தில் குவிகின்றன. சுற்றிலும் வானம் நிர்மலமாக ஆழ்ந்த நீலமாக இருக்கிறது. ஏதோ இயற்கையை மீறியதாகப்படுகிறது. எழுந்து உட்காருகிறேன். ஒன்று குவிந்த மேகக் கூட்டம் மெதுவாகக் கீழே இறங்குகிறது. பதட்டத்துடன் எழுந்து நின்று கொள்கிறேன்.

மிகவும் கறுத்து, பத்தடி உயரத்திற்குத் தரையில் இறங்குகிறது மேகப்பொதி. காற்று வீசுகிறது. லேசாக மேகம் கலைந்து உள்ளே கறுத்ததொரு உருவம் வெளிப்படுகிறது. பெரிய தலை, அடர்ந்து கலைந்த தலைமுடி, சிவந்த பெரிய கண்கள், பெரிய நாசி, கனமான உலோக வளையங்கள் அணிந்த விடைத்த செவிகள், தடித்த உதடுகள், வாய்க்கடையில் இருபுறங்களிலும் நீண்டு வளைந்த கோரைப் பற்கள், பருமனான கழுத்து, உருண்டு திரண்ட தோள்கள், சுருண்ட முடிகள் அடர்ந்த அகலமான மார்பு, பெரிய பானை போன்ற வயிறு, நீண்டு வளர்ந்த கைகள், நீண்ட கால்கள், மலை போன்ற தேகத் திரட்சி, கண்களில் உக்கிரம், உதடுகளில் எக்காளம் ததும்புகிறது.

“என்ன வேண்டும்?” என்று இடி போன்ற குரல் எழும்புகிறது.

எனக்கு ஒன்றும் புரியவில்லை.

“எனக்கா? எனக்கு என்ன வேண்டும்? நான் ஒன்றும் கேட்கவில்லையே?”

“நீதானே என்னை அழைத்தாய்?”

“எப்போது?”

“சற்று நேரத்துக்கு முன்.”

“நானா? நான் எங்கே உங்களை அழைத்தேன்? நீங்கள் யாரென்றே எனக்குத் தெரியாதே.”

“நான்தான் காலன். காலதேவன். நீதான் என்னை அழைத்தாய். அதனால்தான் வந்தேன். என்ன வேண்டும் உனக்கு?”

வந்திருப்பது யாரென்று தெரிந்ததும் ஓரளவுக்கு பயம் குறைகிறது. ஆனாலும் அந்த உருவத்தின் கொடூரம் நெஞ்சின் ஆழத்தில் ஒரு சிலிர்ப்பை ஏற்படுத்தி முதுகெலும்பின் வழியாக மேலேறித் தலைக்குள் ஒரு கணம் மறுபடி சிலிர்த்து அடங்குகிறது. ஓரிரு கணங்கள் அந்த உருவத்தையே பார்த்துக்கொண்டிருக்கிறேன்.

“ம். சொல். என்ன வேண்டும்?” என்று இடி முழங்குகிறது.

மனத்தைக் குவித்துத் துணிச்சலை வரவழைத்துக்கொண்டு கேட்கிறேன்: “ஐயா, உங்களைப் பற்றி அறிந்துகொள்ள வேண்டும். உங்களைப் பற்றி வேறு யாரிடம் கேட்டாலும் சரியான பதில் ஒன்றும் கிடைக்கவில்லை. ஒவ்வொருவரும் ஒவ்வொன்று சொல்கிறார்கள். நீங்களாக வரும் வரைக்கும் காத்திருக்கும் பட்சத்தில் வாழ்வின் முடிவில்தான் தெளிவு கிடைக்கும். தெளிவின்றியே வாழ்ந்து முடித்துவிட்ட பிறகு கடைசிக் கணத்தில் விளக்கம் கிடைத்து என்ன ஆகப் போகிறது?

“இப்போது, வாழ்ந்துகொண்டிருக்கும் போதுதான், விளக்கமும் தெளிவும் வேண்டும். வேறு வழி தெரியாமல் உங்களைப் பற்றி அறிந்துகொள்ள உங்களையே நேரில் அழைத்துவிட்டேன். சிறுபிள்ளைத்தனமாக ஏதோ செய்துவிட்டேன் என்று தோன்று கிறது. தவறா என்றுகூட சரியாகத் தெரியவில்லை. தவறாக இருந்தால் தயவுசெய்து மன்னிக்க வேண்டும்.”

“என்னைக் கூப்பிட்டது தவறா இல்லையா என்பது ஒருபுறம் இருக்கட்டும். நீ அழைத்தாய். வந்துவிட்டேன். இப்போது நான் உன்னைக் கொண்டுபோய் விட மாட்டேன் என்பது என்ன நிச்சயம்?”

“ஐயா, நீங்கள் என்ன செய்வீர்கள் என்று எனக்குத் தெரியாது. ஆனால் எனக்கு வேறு வழி என்ன இருக்கிறது? அப்படி நீங்கள் என்னை உங்களுடன் அழைத்துத்தான் போவீர்கள் என்றால் நான் என்ன செய்ய முடியும்?”

சிவந்து விழிக்கும் அந்தக் கண்களிலும் லேசான கனிவு தென்படுவதுபோல் தோன்றுகிறது. அந்தப் பெரிய உருவம் அகலமான தன் கையை நீட்டி என் தலைமேல் வைக்கிறது. மென்மையான ஒரு குளுமை இறங்கி என் உடல் முழுவதும் பரவுகிறது. மெல்லக் கண்களை மூடிக்கொள்கிறேன். வேதனையும் சோர்வும் நிறைந்திருந்த என் உடல் ஆழமான ஆறுதலை அடைகிறது.

எவ்வளவு நேரம் கண்களை மூடியவாறு இருந்தேன் என்பது தெரியவில்லை. ஒரு நிசப்த வெளியில் மிதந்துகொண்டிருக்கிறேன். வெகுநேரம் ஆகிவிட்டதைப்போல் தோன்றுகிறது. மனமே இல்லாமல் மெதுவாகக் கண்களைத் திறக்கிறேன். எதிரே அந்தக் கரிய, பெருத்த உருவத்தைக் காணவில்லை. சுற்றிலும் பார்க்கிறேன். கண்ணெதிரே மலைபோல் நின்றிருந்த காலதேவனைக் காணவில்லை.

கேட்க விரும்பிய கேள்விகள் எதையும் இன்னும் கேட்கவில்லை. அடிநெஞ்சை உலுக்கும் அந்தத் தரிசனம், காலதேவனின் கைவழியே என்னுள் இறங்கி என் மனத்திலும் உடலிலும் பல ஆண்டுகளாக நிரம்பியிருந்த ஓய்ச்சலையும் வலியையும் ஆற்றிவிட்ட அந்தக் குளுமை, இதுதான் மிச்சமா? மறுபடி காலனை அழைக்க வேண்டுமா? அல்லது ஏற்கனவே காலன் என்னை அழைத்துக்கொண்டு போய்விட்டாரா? ஆனால் இதோ இன்னும் இந்தக் கடற்கரையில்தானே நின்றுகொண்டிருக்கிறேன்?

எங்கே போய்விட்டார் காலதேவன்? மனத்தில் இருந்த பயம் முற்றிலுமாகப் போய்விட்டது. எனக்குள் இறங்கிய குளுமை எதையோ என்னுள் மாற்றிவிட்டிருக்கிறது என்று தோன்றுகிறது. காலதேவனைப் பார்த்துவிட வேண்டும், என் கேள்விகளைக் கேட்டுவிட வேண்டும் என்ற ஆவல் உந்துகிறது. காலதேவனின் உருவம் கூட மனத்தில் எந்தவித எதிர்ப்புணர்வையும் உண்டாக்கவில்லை. எங்கே காலன்?

சுற்றுமுற்றும் பார்க்கிறேன். காலனை எங்கும் காணவில்லை. ஆனால் வேறொருவர் அங்கு நின்றுகொண்டிருக்கிறார். இப்போதுதான் கவனிக்கிறேன். காலனைத் தேடிக்கொண்டிருந்ததில் வேறெதையும் இவ்வளவு நேரம் கவனிக்கவில்லை. ஆஜானுபாகுவாக ஒருவர் நின்றுகொண்டிருக்கிறார். ஆறடி உயரம். நல்ல தேகக் கட்டு. வெண்பட்டு வேட்டியைக் கச்சமாக உடுத்தியிருக்கிறார். மேலே பட்டு உத்தரீயம். கழுத்தில் முத்து மாலைகள். சந்தனம் பூசிய அகன்ற மார்பு. காதுகளில் பளிச்சிடும் குண்டலங்கள்.

அவர் முகத்தில் ஓர் உள்ளொளியின் வெளிச்சமும் கனிவும் மலர்ந்திருக்கின்றன. கண்களில் ஒளி வீசும் மென்னகை மனத்தை ஈர்க்கிறது. யார் இவர்? காலனைத் தேடிக்கொண்டிருக்கும் நேரத்தில் புதிதாக இவர் வந்திருக்கிறார். இவரையும் கவனிக்காமல் விட்டுவிட முடியவில்லை. இப்போது காலனைத் தேடுவதா, இவரிடம் பேசுவதா?

முகத்தில் புன்சிரிப்பு ஒளியாய் மலர, அவர் கேட்கிறார்: "என்ன தேடுகிறாய்?" அவரது குரல் மென்மையாக என் உள்ளே இறங்குகிறது.

நான் காணாமல் போகும் கதை

"இங்கே காலதேவன் நின்றிருந்தார். நான் கண்களை மூடியிருந்தேன். திறந்து பார்க்கும்போது அவரைக் காணவில்லை. அவரைத்தான் தேடுகிறேன்," என்கிறேன்.

"இதோ, நான் இங்கேயேதான் நின்றுகொண்டிருக்கிறேன். எங்கும் போய்விடவில்லையே," என்கிறார் புதியவர்.

"ஐயா, நான் காலதேவனைத் தேடுவதாகச் சொன்னேன்," என்கிறேன்.

"ஆமாம். நான்தான் காலதேவன். நீ தேடும் அந்தக் காலதேவன். சற்றுமுன் உன் அழைப்பைக் கேட்டு இங்கே வந்தவன்," என்கிறார் அவர்.

எனக்கு ஒரே குழப்பமாக இருக்கிறது. மனம் நிலை கொள்ளாமல் அலைகிறது. அவரிடம் சொல்கிறேன்: "ஐயா, நான் சொல்லும் காலதேவன் பார்ப்பதற்கு உங்களைப்போல் இல்லை. கரிய நெடிய உருவத்துடன் அச்சமூட்டும் விதமாக இருந்தார்."

"உனக்கு அச்சமாக இருந்ததா?"

"ஓரளவுக்குத்தான். அதுவும் முதலில் சில கணங்களுக்குத்தான். பிறகு ஏனோ அச்சம் போய்விட்டது. அவரைக் காண ஆவலாக இருக்கிறேன். அவரிடம் கேட்டுத் தெரிந்துகொள்ள வேண்டியது நிறைய இருக்கிறது. அவர் எங்கே என்று தெரியவில்லை."

மெல்லிய புன்னகை ஒன்று அவர் கண்களில் மலர்கிறது. "நான்தான் அந்தக் காலதேவன். முதலில் வந்ததும் நான்தான். இப்போது உனக்கு முன்னால் நின்று பேசிக்கொண்டிருப்பதும் நான்தான்."

கனிவும் தெளிவும் கசிந்து பளபளக்கும் அந்தக் கண்களை உடையவர் என்னிடம் பொய் சொல்ல வேண்டிய அவசியமில்லை. என்னை ஏமாற்றி அவருக்கு ஆக வேண்டியது என்ன இருக்கிறது?

"அப்படியென்றால் உருவத்தை ஏன் இப்போது மாற்றிக்கொண்டு விட்டீர்கள்? முதலில் ஏன் அச்சுறுத்தும் உருவம்? இப்போது ஏன் கருணையும் கனிவும் ஒளியும் கொண்ட இந்த உருவம்?"

லேசாக அவர் சிரிக்கிறார். "மாற்றம் என் உருவத்தில் இல்லை. உன் மனத்திலும் கண்களிலும்தான். அப்போது என்னை நீ உன் மனத்தில் எப்படிக் கற்பித்துக்கொண்டிருந்தாயோ அவ்வாறு உன் கண்களுக்குத் தெரிந்தேன். என்னைப் பற்றிய உன் கருத்து இப்போது மாறிவிட்டிருப்பதால் என் உருவமும் மாறித் தெரிகிறது."

"என் மனத்தில் உங்களைப் பற்றி என்ன மாறியிருக்கிறது?"

"முதலில் நீ என்னை அழைப்பதற்கு ஏன் பயந்தாய்?"

"மரணம் எல்லாரையும் பயமுறுத்தத்தானே செய்கிறது? தோன்றும் எல்லாவற்றையும் முடிவுக்குக் கொண்டுவரும் மரணத்தைப் பற்றி யார் பயப்படாமல் இருக்க முடியும்?"

"அச்சுறுத்தும் அந்த உருவம் உன் பயத்தின் பிம்பம். சிறு வயதிலிருந்து மற்றவர்களிடத்திலிருந்தும், கதைகளிலும் புராணங்களிலும் கேள்விப்பட்டு, பயந்து, என்னைப் பற்றி நீ உனக்குள் உருவாக்கிக்கொண்ட பிம்பம்தான் நீ முதலில் கண்டது."

"இப்போது?"

"உன் பயத்தையும் மீறி என்னை அழைத்தாய். நடுங்க வைக்கும் உருவத்தில் என்னைக் கண்ட பின்னும் கூட அஞ்சி ஓடிவிடாமல் நின்று என்னை நேரடியாக எதிர்கொண்டாய். அப்படி எதிர்கொண்டபோது உன்னை நான் கொண்டுபோய் விடக்கூடும் என்று சொன்னதும் அதற்கும் தயாராக இருந்தாய். அந்தக் கணத்தில் என்னைப் பற்றிய பயம் உனக்குப் போய்விட்டது. அதனால் உன் கண்ணுக்குத் தெரிந்த என் உருவமும் மாறிவிட்டது."

"அப்படியானால் இப்போது நான் பார்க்கும் இதுதான் உங்கள் உண்மையான உருவமா?"

மறுபடியும் சிரிக்கிறார். அவர் சிரிப்பு என்னைச் சூழ்ந்து அணைத்துக்கொள்வதைப்போல் இருக்கிறது.

"இல்லை. இதுவும் என் உண்மையான உருவம் இல்லை. உண்மையில் எனக்குக் குறிப்பிட்ட உருவம் என்று ஏதும் இல்லை. வேறு வகையில் பார்த்தால் எல்லா உருவமுமே என் உருவம்தான்."

"அப்போது இந்த உருவம்?"

"நீ கேள்விகள் கேட்கப் போகிறாய். நான் பதில் சொல்ல வேண்டும். உனக்கு வார்த்தைகளால்தான் பேசத் தெரியும். நானும் வார்த்தைகளை உபயோகித்துப் பேசினால்தான் உனக்குப் புரியும். அதற்கு நான் மனித உருவம் எடுக்க வேண்டும். அப்போதுதான் மனித மொழி பேச முடியும். அதனால்தான் இந்த உருவம்."

"ஐயா, இன்னுமொரு சந்தேகம். இந்த புராண கால உடையும் அலங்காரமும் ஏன் என்று எனக்கு இன்னமும் புரியவில்லை."

இப்போது கடகடவென்று வாய்விட்டுச் சிரிக்கிறார். சற்று அருகில் வந்து என் தோள்மீது கை வைத்து, "உனக்காகத்தான்," என்கிறார்.

நான் காணாமல் போகும் கதை ❁ 55 ❁

"எனக்காகவா?"

அவர் சிரிப்பு இன்னும் அடங்கவில்லை. "ஆமாம். உனக்கு எப்போதுமே சற்று நாடகப் பாங்கு பிடிக்கும். லேசான ஆடம்பரமும் கூட. எதையும் சற்றே மிகைப்படுத்திப் பார்ப்பதும் சொல்வதும் உன் இயல்பு. இல்லையா? அதற்காகத்தான் இந்த உடையும் உருவமும். உனக்குப் பிடிக்கிறதா?" என்று மேலும் சிரிக்கிறார்.

அவர் சொல்வது முற்றிலும் உண்மை. என் மனத்தில் சிறு வெட்கம் கவிகிறது. நானும் அவர் சிரிப்பில் சேர்ந்துகொள்கிறேன். இருவரும் சேர்ந்து மனம்விட்டுச் சிரிக்கிறோம். அந்தச் சிரிப்பு மனத்தை அலசிச் சுத்தம் செய்வதுபோல் இருக்கிறது. மனம் லேசாகிப் போகிறது.

"சரி, என்ன கேள்விகள் கேட்கப் போகிறாய்? சொல்."

"ஐயா, உங்களுடன் இருப்பது மனத்துக்கு மிகவும் நிறைவாகவும் சந்தோஷமாகவும் அல்லவா இருக்கிறது? ஏன் உங்களைக் கண்டு எல்லோரும் இப்படி பயப்படுகிறார்கள்?"

"ஒரு விதத்தில் அது மிகவும் வேடிக்கையான விஷயம். அவர்களுக்கு என்னைப் பற்றி ஒன்றும் தெரியாது. அதனால் பயம். அந்த பயத்தால் பொய்யான கருத்துக்கள். அந்தக் கருத்துக்களை நான் என்று நம்பிக்கொண்டிருப்பதால் மறுபடி பயம். இப்படி முடிவில்லாமல் சுழன்று சுழன்று போய்க்கொண்டிருக்கின்றன அவர்களுடைய மனங்கள்."

"ஆனாலும் அவர்கள் பயப்படுவதில் நியாயம் இருக்கத்தானே செய்கிறது? எல்லாவற்றையும் நீங்கள் முடித்து விடுகிறீர்களே? ஆரம்பிக்கும் எல்லா விஷயங்களுக்கும் முடிவு நீங்கள்தானே? எப்படி பயப்படாமல் இருக்க முடியும்?"

"சரி, எதையும் முடிக்காமல் எல்லோரும் விரும்புவதுபோல் தொடர்ந்து எல்லாவற்றையும் இருக்கவிட்டால் என்ன ஆகும்?"

நான் யோசிக்கிறேன். "பிறப்பு தொடருமா?" என்று கேட்கிறேன்.

"ஆமாம். பிறப்பு வேண்டாம் என்று யாரும் சொல்ல வில்லையே? பிறப்பை எல்லோருமே கொண்டாடத்தானே செய்கிறார்கள்?" என்கிறார் அவர்.

"பிறப்பு நிற்காமல் இறப்பது மட்டும் நின்று போனால் என்னவாகும்?

"புதிது புதிதாக மரங்கள், செடி கொடிகள், அனைத்துவித மிருகங்கள், மனிதக் குழந்தைகள், பிறந்து வளர்ந்து கொண்டேயிருக்கும். எதுவும் யாரும் இறந்து போகாமல்

தொடர்ந்து இருந்துகொண்டே இருப்பார்கள். ஆனால் வயது மட்டும் ஆகிக்கொண்டிருக்கும். முதுமை வரும். ஆனால் மரணம் இருக்காது. பூமி பழையதாகிக்கொண்டே போகும்."

உலகம் முழுவதும் நகர்வதற்குக் கூட இடமில்லாமல் உயிரினங்கள் நிறைத்திருக்கும் காட்சி தெரிகிறது. இடத்துக்குப் போட்டியிட்டு அனைத்து ஜீவன்களும் ஒன்றையொன்று அடித்துக்கொண்டும் வதைத்துக்கொண்டும் இருப்பது தெரிகிறது. இந்தக் காட்சி மனத்தையும் உடலையும் நடுங்க வைக்கிறது. முதுமை கொண்டு, நகர்வதற்குக் கூட உடலில் சக்தியில்லாமல் மிருகங்களும் மனிதர்களும் விழுந்து கிடக்கின்றனர். மரணம் வந்து தங்கள் நோவும் துன்பமும் தீராதா என்று முதுமையின் வேதனை தாளாமல் மனிதர்கள் புலம்புகிறார்கள்.

வயதான மிருகங்கள் எழுந்து வேட்டையாடிப் பசி தீர்த்துக்கொள்ள முடியாமல் உடல் சோர்ந்து முனகியபடி, வேதனைக்குரல் எழுப்பியபடி கிடக்கின்றன. வீழ்ந்து உயிருடன் கிடக்கும் மிருக, மனித உடல்களைச் சுற்றிக் கொடிகள் பின்னிக் கொள்கின்றன. பூச்சிகள் உயிருள்ள உடல்களைக் கடித்துத் தின்கின்றன. உலகம் முழுவதும் தீனமான முனகல்களும் அவ்வப்போது பெரிதாய் எழும் கூக்குரலும் கேட்டுக்கொண்டே இருக்கின்றன. புதிதாகப் பிறந்துகொண்டே இருக்கும் மனிதக் குழந்தைகள் வீறிட்டழும் ஓலமும் மிருகக் கன்றுகளின் அவலமான அலறல்களும் எங்கும் சூழ்ந்திருக்கின்றன. தன் வேதனையும் துன்பமும் மட்டுமில்லாமல் சுற்றி எல்லா இடத்திலும் சூழ்ந்திருக்கும் நோவும் மனக் கசப்பும் துயரமும் இன்னும் மனத்தை வாட்டி வருத்துகின்றன.

அனைத்து உயிர்களும் மரணம் வேண்டி நிற்கின்றன. மரணம் வரவில்லை. இறப்பற்ற வாழ்வு தொடர்கிறது. இறவா வரம் வேண்டிய இதயங்கள், இப்போது மரணம் வேண்டி ஏங்கி நிற்கின்றன. உள்ளும் வெளியும் இடமின்றி முடிவுக்காக வரம் கேட்கின்றன. பிறப்பு சாபமாகவும், வராத மரணம் வேண்டி நிற்கும் வரமாகவும் இருக்கின்றன.

இந்தக் காட்சியிலிருந்து என்னை உலுக்கிக்கொண்டு வெளியே வருகிறேன்.

"என்ன, பார்த்தாயா?" என்கிறார் காலதேவன்.

"பார்த்தேன். போதும்," என்கிறேன்.

சுற்றிலும் உலகம் புதியதாக இருக்கிறது. எதுவுமே பழையதாக இல்லை. பழையது முடிந்துகொண்டே இருக்கிறது. புதியது பிறந்துகொண்டே இருக்கிறது. பூமி எப்போதும் புதுமை போர்த்தி

இருக்கிறது. மேகமோ வானமோ, கடலோ நதியோ, மரமோ மலரோ, மிருகமோ மனிதரோ, எல்லாமே எப்போதும் மாறிக்கொண்டே இருக்கிறது. மரணம் எல்லாவற்றையும் புதுப்பித்துக்கொண்டே இருக்கிறது.

"வா, என் கைவண்ணத்தின் இன்னொரு பக்கத்தையும் நீ பார்க்க வேண்டாமா? கண்களை மூடிக்கொள்."

கண்களை மூடிக்கொள்கிறேன். மனம் அடங்கி ஒரு பெரும் வெளியென விரிகிறது. அங்கங்கே ஒளிப்புள்ளிகள் தெரிகின்றன. பார்த்துக்கொண்டே இருக்கும்போது சில புள்ளிகள் மறைந்து போகின்றன. புதிதாகச் சில புள்ளிகள் தோன்று கின்றன. சில புள்ளிகள் பளிச்சென்று வெடித்து சில கணங்கள் பிரகாசமாய் விரிந்து பின் மங்கி மறைகின்றன.

"கண்களைத் திறக்காதே. இன்னும் அருகில் சென்று பார்ப்போம் வா."

ஒளிப்புள்ளிகள் நிறைந்த வெளி வெகு வேகமாக நெருங்கி வருகிறது. தூரத்தில் புள்ளிகளாகத் தெரிந்தவை ஒவ்வொன்றும் பல அளவுகளிலும் பல நிறங்களிலும் உள்ள நட்சத்திரங்கள், சூரியன்கள், நட்சத்திரக் கூட்டங்கள், சுழன்று கொண்டிருக்கும் பிரபஞ்ச வாயு மண்டலங்களாக இருக்கின்றன.

வாயு மண்டலங்கள் சுழல்கின்றன. சுழற்சியில் குறுகி, இறுகி, மேலும் சுழன்று வீறு கொண்டு கோளங்களாகின்றன. பிரகாசமடைகின்றன. தூரத்தில் பழைய கோளங்கள் வயதாகி வீங்கிச் சிவந்து வெடிக்கின்றன. பிரபஞ்ச வெளியெங்கும் கோளங்கள் தோன்றி உருக்கொண்டு பின் மறைந்துபோய்க் கொண்டிருக்கின்றன. ஒவ்வொரு கோளம் தோன்றும்போதும் ஒரு புதியநாதம் பிறக்கிறது. தோன்றியதும் நாதத்தின் லயம் மாறுகிறது. பின் வீங்கிச் சிவந்து வெடிக்கும்போது அந்த நாதமும் மேலெழுந்து வெடித்து விரிந்து வெளியின் அமைதியில் கரைந்து போகிறது.

எப்போதும் தோன்றி, இருந்து, மறைந்துகொண்டே இருக்கும் கோளங்களுக்கும், அவற்றின் நாத லயங்களுக்கும், எல்லையற்ற பெருவெளி அமைதியான ஒரு பின்னணியாக இருந்துகொண்டே இருக்கிறது. ஒரு இடத்தில் நாதம் எழுந்து அடங்கிக் கரையும்போது இன்னொரு இடத்தில் புதியதொரு நாதம் எழுந்து விரிகிறது.

ஆச்சரியமும் பரவசமும் மனத்தில் நிறைகின்றன. மனம் அந்தப் பெருவெளியில் கரைந்து போகிறது. இப்போது அனைத்தும் உள்வெளியில் நடந்துகொண்டிருக்கிறது.

"என்ன, பார்த்தாகி விட்டதா?" என்ற குரல் கேட்கிறது. மெல்லக் கண்களைத் திறந்து பார்க்கிறேன். காலதேவன் நிற்கிறார். அவர் கண்களில் ஒரு மென்னகை இழையோடுகிறது. மெல்லத் தலையசைக்கிறேன்.

"என்ன, இன்னும் கேள்விகள் கேட்கப் போகிறாயா?" என்கிறார்.

"இல்லை. இதற்கு மேல் கேட்பதற்கு என்ன இருக்கிறது? ஆனால் ஒருவேளை பின்னர் எப்போதாவது ஏதாவது கேட்க வேண்டும் என்று தோன்றினால் தங்களை எவ்வாறு அழைப்பது?" என்று கேட்கிறேன்.

"இன்னும் உனக்குப் புரியவில்லையா? எல்லாவற்றிலும் நான் இயங்கிக்கொண்டிருப்பது உனக்குத் தெரியவில்லையா? பழுத்து மஞ்சளேறி உதிர்ந்து சருகாகும் இலையிலும், கிளை நுனியில் துளிர்த்துக் காற்றின் ஈரத்தைப் பிஞ்சுக் குழந்தைபோல் உறிஞ்சிக் குடிக்கும் இளந்தளிரிலும் நான் இருந்துகொண்டுதானே இருக்கிறேன்? என்னை ஏதாவது கேட்க வேண்டும் என்றால் கேள்வியைத் தெளிவாக மனத்தில் இருத்திக்கொண்டு சுற்றிலும் பார். உன்னைச் சுற்றி நடக்கும் நிகழ்வுகளில் உன் கேள்விக்கு விடை கிடைக்கும்."

"சரி. ஆனால் இதுபோல் உங்களைப் பார்க்க முடியாதா?"

கனிவுடன் சிரிக்கிறார். "இதுபோல் பார்க்க வேண்டுமா? சரி. பார்க்கலாம். எப்போதாவது வருகிறேன். ஆனால் இதே உருவத்தில் அல்ல. ஒவ்வொரு முறையும் நீ எதிர்பார்க்காத நேரத்தில் நீ அறியாத உருவத்தில் வருவேன். நீ என்னை அடையாளம் கண்டு கொள்வாயா?"

"இதற்கு நான் என்ன பதில் சொல்வது? ஆனால் கண்களில் கசியும் இந்த மென்னகை மட்டும் இருக்குமானால் தங்கள் முகம் எதுவாக இருந்தாலும் உங்களைக் கண்டு கொண்டுவிட முடியும் என்று தோன்றுகிறது."

அவர் கண்களில் ஆழமான கனிவு தோன்றுகிறது. "அதை என்னால் எப்படி மறைத்துக்கொள்ள முடியும்? உருவத்தை மாற்றிக்கொள்ளலாம். முகத்தை மாற்றிக்கொள்ளலாம். உள்ளத்தை எப்படி மாற்றிக்கொள்வது? உள்ளம் உனக்கும் எனக்கும் ஒன்றுதானே?"

கைகளை நீட்டுகிறார். என் கைகளைக் கொடுக்கிறேன். மென்மையாகப் பிடித்துக்கொள்கிறார். அவரது கைகள் பூப்போல,

மென்மையாக, குளுமையாக இருக்கின்றன. சில கணங்கள் கழிகின்றன. கைகள் மெல்ல விடுபடுகின்றன.

கடற்காற்று வீசுகிறது. அவரது ஆடைகள் படபடக்கின்றன. சூரியன் சற்று மேலேறியிருக்கிறது. அவரைச் சுற்றியுள்ள வெளியில் ஒரு பிரகாசம் தென்படுகிறது. அவர் முகம் அந்த ஒளியில் ஜொலிக்கிறது. மெல்லிய அதிர்வு சுற்றிலும் நிறைகிறது. மெல்ல மெல்ல அவர் உருவம் மறையத் தொடங்குகிறது. சில கணங்களில் முழுவதும் மறைந்துவிடுகிறது. ஆனால் மேலும் சில நீண்ட கணங்களுக்கு அவரது இருப்பின் தன்மை மட்டும் கலையாமல் இருக்கிறது. பின் அதுவும் மெல்லக் கரைகிறது.

அவர் கண்களில் ஒளிர்ந்த மென்னகை மட்டும் மனத்தில் ஆழமாகப் படிகிறது.

நான் அறியாத நண்பனாக எனக்குள் உருவாகி, தானே தனக்கு ஒரு பெயரைக் கொடுத்துக்கொண்ட பிரபுதத்தனும், என்னால் விடை காணமுடியாத கேள்விகளுக்கு வெளிச்சம் காட்டிய காலதேவனும், ஏதோ ஒரு கட்டத்தில் ஒன்றாக இணைந்து போகின்றனர். வாழ்தலில் எழும் கேள்விகளுக்குச் சுற்றி உள்ள இயக்கத்தில் இருந்து விடைகள் கிடைக்கின்றன. மரணத்துக்கும் இருப்புணர்வுக்கும் உள்ள இடைவெளி முற்றிலும் மறைந்து போகிறது. நான் இருந்துகொண்டே இல்லாமலும் இருப்பதாக இருக்கிறது.

வயது இருபத்தேழு இன்னும் முடியவில்லை. இப்போதெல்லாம் எந்த விஷயத்திலும் முடிவுகளை எடுப்பது நானில்லை என்று தோன்றுகிறது. தோன்றி, இருந்து, காணாமல் போய்க்கொண் டிருக்கும் நான்களில் எந்த நான் முடிவெடுப்பது?

என் அலுவலகத்தில் என் பிரிவில் என்னுடன் வேலை செய்யும் ஒரு பெண். அவள் வேலைக்குச் சேர்ந்து மூன்று வருடமாகிறது. வந்த புதிதில் யாருடனும் அதிகம் பேசாமல் பயந்தது போன்று உள்வாங்கிய ஒரு பாவனை. பிறகு நாட்கள் செல்லச் செல்ல கொஞ்சம் கொஞ்சமாகத் தயங்கித் தயங்கி ஒரு வெளிப்படல். கொஞ்ச நாட்களாக நான் கவனித்து வருகிறேன். என்னிடத்தில் மட்டும் மற்றவர்களிடம் பழகுவதைவிடக் கொஞ்சம் சுதந்திரமான, இயல்பான பேச்சு. ஒரு புறம் பயந்த சுபாவமும் மற்றொருபுறம் மன உறுதியும் அவளிடத்தில் தெரிகிறது.

அவள்பால் என் மனத்தில் கனிவும் பரிவும் ஏற்படுகின்றன. என் பேச்சிலும் நடவடிக்கையிலும்கூட அது தெரிந்திருக்கலாம்.

ஒரு நாள் அதிகாலையில் எனக்கு ஒரு கனவு. அது என்னவோ எனக்கும் கனவின் உலகத்துக்கும் எப்போதுமே நெருங்கிய தொடர்பு. இந்தக் கனவில் நான் கடற்கரையில் கால்களில் அலைகள் மோத நின்றுகொண்டிருக்கிறேன். பின்மாலை நேரம். இருள் பரவிக்கொண்டிருக்கிறது. மிக மெல்லிய வெளிச்சமே இருக்கிறது. கடலில் தூரத்தில் சிறிய படகு போன்ற ஒன்றில் யாரோ ஒருவர் இருக்கிறார். துடுப்பு கூட இல்லை. கைகளால் நீரைத் தள்ளியபடி நகர்ந்துகொண்டிருக்கிறார். நான் கரையில் நிற்பது அவருக்குத் தெரிந்து விடுகிறது. என்னை நோக்கிக் கைகளை வீசிக்கொண்டே மெதுவாக முன்னேறி வருகிறார். வெளிச்சம் குறைவாக இருப்பதால் யாரென்று தெரியவில்லை. சில நிமிடங்கள் கழித்து வருவது ஒரு பெண் என்பது தெரிகிறது. எப்படி இந்த நேரத்தில் ஒரு பெண், கடலில், தனியாக ஒரு படகில்?

நான் கடலில் இறங்கிச் சிறிது தூரம் முன்னே போகிறேன். படகைப் பிடித்துக்கொள்கிறேன். இப்போது அலைகளே படகை விரைவாகக் கரைக்குக் கொண்டுவந்து சேர்க்கின்றன. அந்தப் பெண் கையை நீட்டுகிறாள். நான் நீட்டிய கையைப் பிடித்துக்கொண்டு, ஆடிக்கொண்டிருக்கும் படகிலிருந்து வெளியே இறங்கி வருகிறாள். மங்கிய வெளிச்சத்தில் இப்போது அவள் முகம் தெரிகிறது. என்னுடன் அலுவலகத்தில் வேலை செய்யும் அந்தப் பெண்! அவள் கண்களில் பயமும், கரையை ஜாக்கிரதையாக அடைந்துவிட்ட நிம்மதியும் ஒருங்கே தெரிகிறது. கனவு முடிந்து விழித்துக்கொள்கிறேன். இது என்ன இப்படி ஒரு கனவு என்று ஆச்சரியமாக இருக்கிறது.

இது நடந்து ஏறக்குறைய பத்து நாட்கள் கழித்து ஒரு நாள். அலுவலகத்தில் இருக்கிறேன். மதிய உணவுவேளை. என் பிரிவில் உள்ளவர்கள் எழுந்து சாப்பிடுவதற்கு முன் கை கழுவப் போகிறார்கள். ஏதோ ஒரு வேலை முடியும் தறுவாயில் இருப்பதால் முடித்துவிட்டு சாப்பிடக் கிளம்பலாம் என்று வேலையில் மும்முரமாக இருக்கிறேன். யாரோ என்னருகில் நிற்பதுபோல் இருக்கிறது. நிமிர்ந்து பார்க்கிறேன். அந்தப் பெண் நிற்கிறாள். வழக்கம்போல் ஏதோ பேனாவோ காகிதமோ கேட்கப் போகிறாள் என்று நினைத்துக்கொண்டு, "என்ன வேண்டும்?" என்று கேட்கிறேன்.

"என்னைப் பற்றி உங்களுக்கு மனத்தில் ஏதாவது எண்ணம் இருந்தால் இப்போது சொல்லிவிடுங்கள். எங்கள் வீட்டில் என்

திருமணத்திற்கான ஏற்பாடுகளைத் தொடங்கப் போகிறார்கள்," என்று சொல்கிறாள். ஒரு கணம் என் மனத்தின் ஓட்டம் அடங்கிப் போகிறது. உள்ளும் வெளியும் அமைதி ஒரு படலமாக விரிந்து நிறைகிறது. அந்த அமைதியிலிருந்து மறுபடி ஒரு முறை அவள் சொல்வது தெளிவாகக் கேட்கிறது. இப்போது அவள் குரலைக் கேட்பது நானில்லை என்பது போன்ற உணர்வு மனத்தில் லேசாகத் தோன்றுகிறது.

உள்ளும் வெளியும் அமைதியின் படலம் விரிந்திருக்கிறது. "நீங்கள் தயார் என்றால் நான் இந்தக் கணமே தயார்தான்," என்று அந்த அமைதியின் படலத்திலிருந்து நான் சொல்வதை நானே கேட்டுக்கொண்டும் பார்த்துக்கொண்டும் இருக்கிறேன்.

அலுவலகம் அன்று விடுமுறை. வேலை அதிகம் இருப்பதால் நான் அங்கு போகிறேன். என் அறையில் வேறு யாருமில்லை. மேஜையின் மேல் நிறையக் காகிதங்கள். தடித்த ஆவணங்கள். ஓரமாக வெளிர்நீல நிறத்தில் ஒரு தொலைபேசி. சுற்றுப்புறப் பிரக்ஞையில்லாமல் வேலையில் முழுக் கவனத்துடன் ஆழ்ந்திருக்கிறேன். வேலையின் ஒரு கட்டம் முடியும்போது நிமிர்ந்து உட்காருகிறேன். மெல்ல ஒரு அமைதி அறையெங்கும் சூழ்கிறது. சில கணங்களில் உள்ளும் புறமும் துடைத்து விட்டாற்போல் புதிதாக ஆகிவிடுகிறது. மேஜையும் காகிதங்களும் சுவரும் ஜன்னல் வழியே வெளியே தெரியும் வேப்ப மரமும் முற்றிலும் புதிதாக இருக்கின்றன. அந்த அறையை இதுவரை நான் பார்த்ததேயில்லைபோல் இருக்கிறது. நான் அந்த நாற்காலியில் அமர்ந்திருப்பது முதல் முறையாக நடப்பதாக இருக்கிறது. புதிதாக எல்லாம் முளைத்திருக்கிறது.

பார்வை வெளிர்நீலத் தொலைபேசியின் மேல் படிகிறது. அந்தத் தொலைபேசியை நான் இதற்கு முன்பு பார்த்ததில்லை என்னும் உணர்வுகூட மனத்தில் இல்லை. தொலைபேசி அங்கு 'இருக்கிறது'. அது இருப்பதைவிடவும் அது அங்கு இருப்பதின் நிச்சயத்தன்மை மனத்தை ஆட்கொள்கிறது. சர்வ நிச்சயமாக, முதலும் கடைசியுமாக, அனைத்து இருப்பின் சாட்சியாக, தன் உலகில் தன்னந்தனியாக, முழுமையாக, உண்மையின் சுய பிம்பமாக, கண்ணுக்குத் தெரிந்தாலும் மனத்தின் விரல்களால் தீண்ட முடியாததொரு பெரும் தொலைவில், வெளிர்நீல வண்ணத்தைத் தொடர்ந்து கசிந்துகொண்டே அந்தத் தொலைபேசி எங்கோ இருக்கும் அந்த மேஜையின் மேல் முழுப்பிரக்ஞையின் நிலைப்புடன் அமர்ந்திருக்கிறது.

கனவுகளின் உள்ளியக்கம் பற்றி எனக்குத் தீர்மானமாக எதுவும் தெரியவில்லை. எல்லாக் கனவுகளும் ஒரே தளத்தின் இயக்கம் இல்லை என்று மட்டும் திடமாகத் தோன்றுகிறது. கனவுகளின் உள்ளீடு மட்டுமின்றி அவற்றின் உள்ளமைப்பும் இயங்குதளமும் பெருமளவுக்கு வெவ்வேறானவையாகத் தெரிகின்றன. வெக்கையான ஒரு இரவில் வீட்டின் மாடியில் திறந்தவெளியில் படுத்துத் தூங்கிக்கொண்டிருந்தபோது வந்த ஒரு கனவு:

பெரும் மலைத்தொடர்களுக்கு நடுவே ஓர் ஆசிரமம். சுலபமாக யாரும் கண்டுபிடித்துவிட முடியாத ஒரு மலையிடுக்கில், பொதுவுலகின் நீளும் கரங்களின் தீண்டுதலுக்கு எட்டாத தொலைவில் எங்கோ அமைந்திருக்கிறது அது. பல நூற்றாண்டுகளாக அந்த இடத்தில் தொடர்ந்து தன்னியல்பாக ஆரவாரங்கள் ஏதுமின்றி இயங்கிக்கொண்டிருக்கிறது. மிகப் பெரியதொரு கட்டடம். மிகவும் புராதனமான, பழைய கட்டடமானாலும் தொடர்ந்து செப்பனிடப்பட்டு சீராகவும் அதிசுத்தமாகவும் நிர்வகிக்கப்பட்டு வருகிறது.

கனவில் எப்போதும்போல் மாலை நேரம். பகலும் இரவும் சந்தித்துக் குலவும் அந்தி வேளை. எங்கும் ஆழமாக விரிந்து நிறைந்திருக்கும் நிசப்தம். கட்டடத்தின் ஏதோ ஒரு மூலையிலிருந்து மெல்லிய, இனிமையான மணியோசை ஒன்று நிசப்தத்தைக் கலைத்துவிடாமல் சன்னமாய் ஒலித்து ஓய்ந்து பரவியிருக்கும் நிசப்தத்தில் கலந்து அடங்கிவிடுகிறது. மிகவும் நீளமான தாழ்வாரத்தில் நான் நடந்து சென்றுகொண்டிருக்கிறேன். வலதுபுறம் நீள்சதுர வடிவில் புல்வெளி முற்றம். புல் வெட்டப்பட்டு சீராகக் காட்சியளிக்கிறது. மாலையின் மென்மையான ஒளியில் புல்தரையின் பசுமை கண்களின் வழியே மனத்துக்கு ஆறுதலளிக்கிறது. இடதுபுறம் கட்டடத்தின் உயரமான சுவர். தாழ்வாரத்தின் வலது ஓரத்தில் புல் முற்றத்துக்கு முன்னால் பத்தடி இடைவெளி விட்டு வரிசையாகப் பெரும் தூண்கள். கைகளால் கட்டிப் பிடிக்க முடியாத அளவுக்குச் சுற்றளவு கொண்டு, ஏறக்குறைய ஐம்பதடி உயரத்திற்கு திடகாத்திரமாக நின்றுகொண்டிருக்கின்றன.

கனவு கண்டுகொண்டிருக்கும் நனவு நானுக்கு முப்பத்தியிரண்டு வயது. கனவில் எனக்கு ஏறக்குறைய நாற்பது வயதிருக்கலாம். அந்த ஆசிரமத்தில் நான் ஒரு சந்நியாசியாக இருக்கிறேன். இந்தக் கனவிலும் நான் கனவு கண்டு கொண்டிருக்கிறேன் என்னும் பிரக்ஞை தெளிவாக இருக்கிறது. கனவில் தாழ்வாரத்தில் நடந்து போய்க்கொண்டிருக்கும்

நாற்பது வயது சந்நியாசியின் பின்னால் உடலற்ற ஓர் உணர்வுப் படலமாக, கனவின் எல்லைக்கு வெளியே நான் பின்தொடர்ந்து போய்க்கொண்டிருக்கிறேன்.

பின் தொடரும் எனக்கு அந்த இடத்தைப் பற்றியோ அந்த ஆசிரமத்தின் இயக்கம் தொடர்பான செய்திகளோ ஒன்றும் தெரியாது. அந்தக் கணம் அங்கு இருப்பதும் நடப்பதும் மட்டும் ஒரு காட்சியாகத் தெரிகிறது. ஆனால் அந்த நாற்பது வயது சந்நியாசிக்கு அதுபற்றி எல்லாம் தெரியும். அவன் அந்தக்கனவு உலகின் காலவெளிச் சட்டகத்தினுள் இருந்து வாழ்பவன். அவனுடைய காலவெளித் தொடர்ச்சியின் குறுக்குவெட்டுத் தோற்றமான ஒரு கணம்தான் எனக்குக் கனவுக் காட்சியாக விரிந்திருக்கிறது.

அந்த ஆசிரமத்தைப் பற்றிய விவரங்கள் பின் தொடரும் எனக்குத் தெரிய வேண்டுமென்றால் உணர்வுப் படலமாக இருக்கும் நான் அந்த சந்நியாசியின் அறிவு மண்டலத்திற்குள் நுழைந்து தெரிந்து கொண்டு விட முடியும். தெரிந்துகொண்டு வெளியே வந்துவிட முடியும். அவ்வாறு நுழைந்து தெரிந்து கொண்டது இது:

பல நூற்றாண்டுகளாக அந்த இடத்தில் இருந்து கொண்டிருக்கும் ஆசிரமம் அது. அங்கு பல நூறு சந்நியாசிகள் இருக்கிறார்கள். அவர்களிடையே பல நிலைகளும் தளங்களும் உண்டு. யாரும் சுலபமாக அங்கு சேர்ந்துவிட முடியாது. அங்கு அந்த ஆசிரமம் இருப்பதே குறிப்பிட்ட ஒரு சிலரைத் தவிர்த்து வெளியுலகில் யாருக்கும் தெரியாது. பல சோதனைகளும் கட்டங்களும் தாண்டிய பிறகே அங்கு ஒருவர் வந்து சேர முடியும். அங்கு பெண்கள் யாரும் கிடையாது. அந்த ஆசிரமத்தில் இருக்கும் சந்நியாசிகள் தமக்குத் தேவையான அனைத்துப் பொருட்களையும் முடிந்த வரையில் தாங்களே அங்கு உற்பத்தி செய்துகொள்கிறார்கள். பழங்கள், காய்கறிகள், அனைத்தும் அங்கேயே விளைவிக்கப்படுகின்றன. சுற்றிலும் மலைகள் விரிந்து, பனி படர்ந்து குளிர்ச்சியாக இருப்பதால் முரட்டுக் கம்பளியாலான உடையைத்தான் அங்கிருக்கும் சந்நியாசிகள் அனைவரும் அணிகிறார்கள்.

மூன்று மாதத்திற்கு ஒரு முறை ஒரு சந்நியாசி தொலைவில் இருக்கும் சிறு நகரத்துக்குச் சென்று அரிசி, பருப்பு போன்ற தானியங்களையும், ஆசிரமத்தில் உற்பத்தி செய்துகொள்ள முடியாத பொருட்களையும் வாங்கி வருவது வழக்கம். அப்போது யாருக்காவது ஆசிரமத்தின் தபால் பெட்டி எண்ணுக்கு ஏதாவது கடிதங்கள் அபூர்வமாக வருவதுண்டு. அவற்றையும் அஞ்சல்

அலுவலகத்தில் இருந்து பெற்றுக்கொண்டு வருவார்கள். கடிதங்கள் முதலில் பிரித்துப் பார்க்கப்படும். அதிமுக்கியமான விஷயம் ஏதாவது இருந்தால் ஒழிய எழுதப்பட்டவருக்கு அது போய்ச் சேராது. ஆசிரமத்தில் சேர்ந்ததன் நோக்கம், தினசரி வாழ்வின் நடப்புகளால் அவசியமின்றிக் கலைக்கப்படுவதைத் தவிர்க்கவே இந்த வழக்கம் நடைமுறைப் படுத்தப்படுகிறது. இந்த நிபந்தனையை ஏற்றுக்கொண்ட பிறகுதான் ஆசிரமத்தில் ஒருவர் அனுமதிக்கப்படுவார்.

பல வயதுகளில் சந்நியாசிகள் இருக்கிறார்கள். மூத்த சந்நியாசி ஒருவர்தான் அந்த ஆசிரமத்தின் தலைமைப் பொறுப்பில் இருக்கிறார். அவருக்குக் கீழ் பல நிலைகளில் பல சந்நியாசிகள் இருக்கிறார்கள். ஆசிரமத்தில் சேர்ந்தவர்கள் பல வருடங்களுக்கு அங்கேயே தங்கியிருக்கிறார்கள். பல்வேறு சோதனைகளுக்கு உட்படுத்தப்பட்ட பிறகே சேர்த்துக் கொள்ளப்படுவதால் அபூர்வமாக வெகு சிலரே எப்போதாவது ஆசிரமத்தின் நியமங்களுடன் தன்னைப் பொருத்திக்கொள்ள முடியாமல் வெளியேறுகிறார்கள்.

கனவில் சந்நியாசியாக இருக்கும் நான் பத்து வருடங்களுக்கு மேலாக அங்கு இருக்கிறேன். தலைமைச் சந்நியாசியின் நிலைக்கு இரண்டு நிலைகள் கீழே நான் இருக்கிறேன். எனக்கும் தலைமைச் சந்நியாசிக்கும் இடையேயுள்ள நிலையில் ஏழு பேர் இருக்கிறார்கள். எனக்குக் கீழ் உள்ள வெவ்வேறு நிலைகளில் நூற்றுக்கணக்கானவர்கள் இருக்கிறார்கள். ஆசிரமம் அளவில் மிகப் பெரியதாகையால் ஒருவரையொருவர் காரணமின்றி ஏதேச்சையாகச் சந்தித்துக்கொள்வது அபூர்வமாகத்தான் நடக்கிறது. அவ்வாறு சந்தித்துக் கொள்ளும்போதும் பேசுவது மிகக் குறைவு. தலை தாழ்த்தி வணங்கிவிட்டுப் போய்விடுவார்கள்.

சொல்வதற்கு இவ்வளவு நேரமாகிறதே ஒழிய இந்த விவரங்கள் அனைத்தையும் தெரிந்துகொள்வதற்கு எனக்கு ஒரு கணம்தான் ஆகிறது. சந்நியாசியான நானின் அறிவு மண்டலத்திற்குள் ஒரு கணம் நுழைந்து வெளிவந்த உடனே எனக்கு அனைத்தும் தெரிந்து போகிறது.

அன்று எனக்கு முக்கியமானதொரு நாள். பல மாதங்கள் கழித்து தலைமைச் சந்நியாசியிடமிருந்து எனக்கு அழைப்பு வந்திருக்கிறது. அவரைச் சந்திக்கப் போய்க்கொண்டிருக்கிறேன். தகுந்த காரணமின்றி அவர் யாரையும் அழைப்பதில்லை. எனக்கும் அவருக்கும் இடையில் உள்ள நிலையில் இருக்கும் சந்நியாசிகளின் மூலமாக என்னைப் பற்றிய செய்திகள் அவருக்குப் போய்க்கொண்டிருக்கும்.

நீண்ட தாழ்வாரத்தில் நடந்து ஒரு இடத்தில் இடதுபுறம் திரும்புகிறேன். அங்கே வலதுபுறம் ஒரு அறையின் வாசல் திறந்திருக்கிறது. உள்ளே மிகப் பெரியதொரு கூடம். கூடத்தின் இரண்டு புறமும் யானைத் தந்தங்கள் வரிசையாக அடுக்கி வைக்கப்பட்டிருக்கின்றன. அந்தத் தந்தங்களிலிருந்து ஒரு மென்மையான ஒளி கூடத்தின் வெளியெங்கும் நிறைந்திருக்கிறது. இளம் சந்நியாசி ஒருவர் அந்த அறைக்குள் நுழையப் போகிறார். இருபத்தைந்து வயதிருக்கலாம். என்னைக் கண்டதும் தலை தாழ்த்தி வணங்குகிறார். "எப்போதும் கவனத்துடன் நடந்து கொள்வது அவசியம்," என்று நான் அவரிடம் சொல்கிறேன். பின் தொடர்ந்து கொண்டிருக்கும் உணர்வுப் படலமான எனக்கு ஒன்றும் புரியவில்லை. ஒரு கணம் கனவுச் சந்நியாசியின் அறிவு மண்டலத்தினுள் நுழைந்து பார்க்கிறேன்.

யானைத் தந்தங்கள் வைத்திருக்கும் அந்த அறையைக் கண்காணிப்பது அந்த இளம் சந்நியாசியின் பொறுப்பில் விடப்பட்டிருக்கிறது. அந்த இளம் சந்நியாசி தனக்குக் கொடுக்கப்பட்டிருக்கும் கடமையில் ஏதோ சிறு தவறு செய்திருக்கிறார். அதற்குத் தண்டனையாக மூன்று நாட்கள் அந்த அறையைப் பார்த்துக்கொள்ளும் பொறுப்பிலிருந்து அவர் விடுவிக்கப்பட்டிருக்கிறார். தண்டனை அவ்வளவுதான். ஆனால் அதுவே அவருக்கு மிகுந்த வருத்தத்தைக் கொடுத்திருக்கிறது. ஏனெனில் அந்த அறை அவ்வளவு முக்கியத்துவம் கொண்டது. தண்டனை முடிந்து அன்று மாலை தான் அவர் அந்த அறையில் மறுபடியும் பொறுப்பேற்றுக்கொள்கிறார். அந்தச் சந்தோஷம் அவர் முகத்தில் தெளிவாகத் தெரிகிறது. நான் சொன்னதைக் கேட்டு, ஏற்றுக்கொள்ளும் பாவனையில் மறுபடியும் தலை தாழ்த்தி வணங்கிவிட்டு அந்த அறைக்குள் நுழைகிறார்.

நான் மேலே நடந்து மறுபடி இடதுபுறம் திரும்புகிறேன். அங்கேயும் விரிந்ததொரு புல்முற்றம் வலதுபுறத்தில் பசுமை வீசிக்கொண்டு இருக்கிறது. அப்போதுதான் அங்கு புற்களை வெட்டிச் சீராக்கியிருக்கிறார்கள் போலும். பசும்புல்லின் வாசம் எங்கும் கமழ்கிறது. சற்று தூரம் நடந்து சென்றதும் இடதுபுறம் பெரிய கதவொன்று வருகிறது. கோவில் கதவைப்போல் பிரும்மாண்டமாக இருக்கிறது. அதில் ஒரு சிறிய திட்டி வாசல். அதில் சிறிய ஓட்டையிட்டு மணி ஒன்று கட்டப்பட்டிருக்கிறது. மணியை லேசாகத் தட்டிவிட்டுத் திட்டி வாசலைத் திறந்து கொண்டு உள்ளே நுழைகிறேன். உள்ளே சென்றதும் சப்தமில்லாமல் கதவை மறுபடி மூடுகிறேன்.

உள்ளே இருட்டாக இருக்கிறது. சில கணங்கள் அமைதியாக நிற்கிறேன். கண்கள் இருளுக்குப் பழகி விரிகின்றன. இடதுபுறம் சுவரோரமாக சிறிய விளக்கொன்று இருக்கிறது. அதன் அருகில் வயதான ஒருவர் அமர்ந்திருக்கிறார். மெதுவாக நடந்து அவரருகில் செல்கிறேன். தலை தாழ்த்தி வணங்குகிறேன். அவருடைய முகம் மென்மையான ஒரு மலரைப் போன்று மிருதுத் தன்மையுடன் இருக்கிறது. அமரும்படி மெல்லத் தலையசைக்கிறார். அமர்கிறேன். அவர் கண்களிலும் மென்மை கசிந்தபடி இருக்கிறது. விளக்கின் ஒளி மெல்லிய படலமாகப் பரவியிருக்கிறது. அது ஒரு பெரிய கூடம் என்று தெரிகிறது. எவ்வளவு பெரியதென்று தெரியவில்லை. நான் கடந்து வந்த திட்டி வாசல் ஏறக்குறைய இருபது அடி தொலைவில் இப்போது எனக்கு வலப்புறம் இருக்கிறது.

விளக்கின் மங்கிய ஒளி எட்டும் வரைக்கும் கூடத்தில் பெரிய தூண்கள் வரிசையாக இருப்பது தெரிகிறது. இடதுபுறச் சுவரோ எதிர்ப்புறச் சுவரோ கூரையோ எதுவும் தெரியவில்லை. தூண்களின் அளவை வைத்துப் பார்க்கும்போது அது மிகப் பெரிய கூடமாக இருந்தாக வேண்டும் என்று தோன்றுகிறது. கூடத்தின் வெளியில் தாழ்வாரத்தின் அந்தப் பகுதியில் ஏற்கனவே நான் கடந்து சென்றிருக்கும்போது சில ஜன்னல்களைப் பார்த்தது நினைவில் வருகிறது. அவை இப்போது எந்தக் காரணத்தாலோ மூடி வைக்கப்பட்டிருக்கின்றன.

என் வலது புறத்தில் இரண்டடி தள்ளி அவர் அமர்ந்திருக்கிறார். அவருக்கு வலப்புறம் விளக்கு ஒன்று வைக்கப்பட்டிருக்கிறது. திரும்பிப் பார்க்கிறேன். விளக்கின் அருகில் ஒரு கடிதம் கவிழ்த்து வைக்கப்பட்டிருக்கிறது. முகவரி தெரிய வில்லை. அதுவரை சலனமற்று இருந்த மனத்தில் திடீரென்று எண்ணங்களின் ஓட்டம் தொடங்குகிறது.

'யாருக்கு வந்த கடிதம்? எனக்காக இருக்குமோ? யார் எழுதியிருப்பார்கள்? அம்மாவாக இருக்குமோ? என்ன விஷயமாக இருக்கும்? யாருக்காவது உடம்பு சரியில்லாமல் போயிருக்குமோ? யாருக்கு? என்னவாகி இருக்கும்? இதற்காகத்தான் இவர் அழைத்திருக்கிறாரோ? இவர் அழைத்து நேரடியாகச் சொல்லும் அளவுக்கு அவ்வளவு முக்கியமான விஷயம் என்னவாக இருக்கும்?'

மனம் ஒரு கணத்திற்குள் சஞ்சலத்தின் சுழலில் அகப்பட்டுக் கொண்டு அலைமோதுகிறது. மறுகணம் சுயநினைவு திரும்பி மனம் நிலைகொள்கிறது. கடந்த சில நொடிகளில் அலைமோதிய எண்ணங்கள் மறுபடி வரிசையாக மனத்தில் ஓடுகின்றன. மனத்தின் அசட்டுத்தனம் தெளிவாகப் புலப்படுகிறது. கடிதம்

யாருக்கென்றே தெரியாது. எனக்குத்தான் என்ற முதல் கற்பனையின் விளைவாக மேலும் மேலும் அடுக்கடுக்காக எவ்வளவு கற்பனை மடிப்புகள்?

சிறு வெட்கம் மனத்தில் தோன்றி மறைகிறது. மனம் மறுபடி அமைதி கொள்கிறது. அருகில் அவர் மௌனமாக அமர்ந்திருக்கிறார். என் மனத்தில் ஓடிய எண்ணம் ஒவ் வொன்றும் அவருக்குத் தெளிவாகத் தெரியும். நான் அவரைத் திரும்பிப் பார்க்கிறேன். மிக மெல்லியதொரு குறுநகை அவர் கண்களில் மலர்ந்து மறைகிறது. கனிவு கசிந்துகொண்டே இருக்கிறது. ஒரு கணம் தீர்க்கமாக என்னைப் பார்த்துவிட்டுக் கண்களை மெதுவாக மூடிக்கொள்கிறார். குறிப்பறிந்து நானும் என் கண்களை மூடிக்கொள்கிறேன். மனத்தின் அமைதி ஆழம் கொள்கிறது. காலவெளி உணர்வு முற்றாக அடங்கிப் போகிறது. வெறும் உணர்வு வெளியாக விரிகிறேன். கனவின் எல்லைக்கு வெளியில் இருந்து பார்த்துக்கொண்டிருந்த என் உணர்வு வெளியும் அதில் ஒன்றிக் கலந்து போகிறது. கண்கள் மூடிய வண்ணமே இருக்கின்றன.

இப்போது தொலைவில் ஒரு ஒளிப்புள்ளி தோன்றுகிறது. அந்த ஒளிப்புள்ளியில் என் கவனத்தைக் குவிக்கச் சொல்லி அவருடைய மனத்திலிருந்து நேரடியாக ஒரு தகவல் குறிப்பு என் மனத்தில் எழுகிறது. அதன்படி என் கவனத்தை அந்தப் புள்ளியில் குவிக்கிறேன். புள்ளி மெல்ல மெல்ல ஒளிமலரென விரிகிறது. ஒளிரும் இளம்பச்சை வண்ணச் சுய ஒளியுடன் கண்களைக் கூசாத பிரகாசம் விரிகிறது. அது என்ன, அதன் அளவு என்ன, அது எவ்வளவு தொலைவில் இருக்கிறது என்பது பற்றி எந்தவிதமான அனுமானமும் கொள்ள முடியவில்லை. அளவில் அது அதிகரிப்பது வளர்வதனாலா அல்லது நெருங்கி வருவதனாலா என்று அனுமானிக்க முடியவில்லை. எல்லைகளற்ற என் உணர்வுவெளியில் உள்ள ஒரே பொருளாக அது இருப்பதனால் வேறு எதனுடனும் ஒப்பிட்டுப் பார்த்து அறிவதற்கும் வழியேதுமில்லாமல் இருக்கிறது.

கவனத்தைச் சிறிதும் சிதறவிடாமல் ஒன்றுகுவித்து அந்த ஒளியில் நிலைக்கச் சொல்லும் அவருடைய வேண்டுகோள் மனத்தில் கேட்கிறது. அவ்வாறே செய்கிறேன். எனக்கும் அதற்கும் இடையே உள்ள இடைவெளி குறைந்துகொண்டே வருகிறது. புள்ளியாய்த் தோன்றி, ஒரு கோலிக்குண்டு அளவுக்கு வளர்ந்து, ஒரு கால்பந்து அளவுக்குப் பெரிதாகித் தெரிகிறது அது. ஆனாலும் அதன் உண்மையான சுய அளவு பற்றி எந்தக் குறிப்பும் இன்னும் புலனாகவில்லை. இன்னும் வளர்கிறது. காலக் கணக்கு இல்லாத

சில கணங்களில் அதன் வளர்ச்சி வேறொரு பரிமாணத்தை அடைகிறது.

பிரும்மாண்டமான உலகமாக அது இப்போது தெரிகிறது. சூரியனைப் போன்ற, சுய ஒளி உள்ள பெரும் கோளாக அது இப்போது விரிந்திருக்கிறது. சூரியனைப் போன்றே பிரகாசம் உடையதாக இருந்தாலும் சற்றும் கண்களைக் கூசச்செய்யாத இளம்பச்சை வண்ண ஒளியுடன் அது இன்னும் இன்னும் அருகில் வருகிறது. இறுக்கமில்லாத, ஆனால் கலைந்துவிடாத கவனத்துடன் பார்க்கச் சொல்கிறார். என் உணர்வுப் பெருவெளியில் மிதந்து மேலும் அருகில் வந்து கொண்டிருக்கிறது அந்த ஒளிக்கோள்.

கோளின் மையத்தில் கவனத்தைக் குவிக்கச் சொல்லி அவர் கேட்டுக்கொள்வது மனத்தில் தெரிகிறது. மையத்தை நோக்குகிறேன். இளம்பச்சை வண்ண ஒளிக்கதிர்கள் மையத்தில் தோன்றி வெளிவந்து தொடர்ந்து கோளின் உருண்டையான மேற்பரப்பை அடைந்துகொண்டே இருக்கின்றன. மேற்பரப்பை அடைந்த ஒளி மென்மையான துகள்களாக, பொடியாக உருக்கொண்டு படிகிறது. அந்தக் கோள் முழுவதுமே அந்த மையத்திலிருந்து தோன்றும் ஒளிக்கதிர்களின் வஸ்துவால் ஆனதாக இருக்கிறது. மேற்பரப்பில் பொடிகளாய் உறைந்து படியும் ஒளித்துகள்களின் படலத்தின் ஊடாக மையம் தொடர்ந்து தெரிந்துகொண்டே இருக்கிறது.

மேற்பரப்பில் இப்போது ஏதோ சலனம் தெரிகிறது. கவனம் சற்றும் கலையாமல் பார்க்கும்படி அவர் வலியுறுத்துகிறார். ஒரே சீராக இருக்கும் கோளின் மேற்பரப்பில் அலைகள் போன்ற அசைவு மெல்லத் தோன்றுகிறது. சில பிரதேசங்களில் சிறிதும் பெரிதுமாக அலைகள் எழும்புகின்றன. அலைகளற்ற இடங்களில் ஆங்காங்கே முண்டும் முடிச்சுமாக மேடுகள் தோற்றம் கொள்கின்றன. சில மேடுகள் பாறைகளாய் உறைகின்றன. சில செடிகளாகவும், சில மரங்களாகவும் உருக்கொள்கின்றன. வேறு சில மேடுகள் பல்வேறு விதமான மிருகங்களாக உருக்கொண்டு எழுந்து ஓடுகின்றன. சில இடங்களில் ஒளிப்பொருள் நீர்மை கொண்டு ஓடைகளாகவும், பின் அவை ஒன்று சேர்ந்து நதிகளாகவும் ஓடுகின்றன. சில மேடுகள் வேற்றுருவம் கொள்ளாமல் மேலும் வளர்ந்து குன்றுகளாகவும் மலைகளாகவும் ஓங்கி நிற்கின்றன. விசாலமான பிரதேசங்கள் சில கடலாய் அலைகள் கொண்டு விம்மி எழுந்து விரிகின்றன.

மையத்திலிருந்து தோன்றும் ஒளிக்கதிர்கள் மேற்பரப்பை அடைவது நிற்காமல் தொடர்ந்து நிகழ்ந்த வண்ணம் இருக்கிறது.

சில பகுதிகளில் விலங்கென எழுந்த உருவங்கள் மனித உருவெடுத்து நிமிர்கின்றன. அமைதி நிறைந்து இருந்த மேற்பரப்பு முழுவதும் இப்போது பரபரப்பாக ஏதோ நிகழ்ந்து கொண்டே இருக்கிறது. மனித உருவங்கள் மண்ணிலிருந்து உருவாக்கிய கருவிகளைக்கொண்டு மரங்களை வெட்டுகின்றன. மரங்களைக்கொண்டு நதிகளின் மேல் பாலங்கள் அமைக்கின்றன. கட்டடங்கள் கட்டுகின்றன. ஓர் உலகம் நிகழத் தொடங்குகிறது.

என் கவனம் முழுவதும் மேற்பரப்பில் நடக்கும் நிகழ்வு களில் ஆழ்ந்திருக்கும்போது உள்ளே அவர் குரல் கேட்கிறது. "மையத்தை மறந்துவிடாதே," என்கிறார். மையத்தை நோக்குகிறேன். மையத்திலிருந்து தோன்றி வெளிப்படும் ஒளிக்கதிர்கள் வேர்வழி நுழைந்து, மரங்களின் உள் நரம்புகளில் சாரமாக ஓடி இலைகளாகவும் மலர்களாகவும் கனிகளாகவும் ஆகின்றன. மிருகங்களின் உடலில் சக்தியாய் விரைகின்றன. மனிதர்கள் உடல் வளைத்து கைகளின் தசைகள் இறுக மரங்களையும் கிளைகளையும் வெட்டும்போதும் பாறைகளைத் தூக்கும்போதும் அவர்களின் உடலில் பாயும் சக்தியாக ஓடுகின்றன. மனிதர்கள் மரங்களிலிருந்து கனிகளைப் பறித்துத் தின்னுகிறார்கள். நடப்பது எல்லாம் அந்த மையத்தின் உள்ளிருந்து வெளிவரும் ஒளியின் வெளிப்பாடாக இருக்கிறது.

"இப்போது மையத்தில் மட்டும் கவனத்தைக் குவித்து நிறுத்து," என்கிறார். மேற்பரப்பின் பரபரப்பிலிருந்து விடுபட்டு விலகி, ஆழத்தில் மெல்ல இறங்கி அமைதியாக கவனத்தை மையத்தில் குவிக்கிறேன். இப்போது மேற்பரப்பு தெரியவில்லை. மையம் மட்டும் நிசப்தமாக இளம்பச்சை வண்ண ஒளிக்கதிர்களை எல்லாத் திசைகளிலும் வீசிக்கொண்டு இருக்கிறது. தன் சக்தியைக் காலமற்று ஒளிபரப்பிக்கொண்டிருக்கும் அந்த மையத்தைத் தவிர வேறொன்றும் இல்லை.

இவ்வளவு நேரம் எண்ணங்களால் நேரடியாக என் மனத்துடன் பேசிக்கொண்டிருந்த அவர், இப்போது தன் கணீரென்ற குரலில் சொல்வது என் காதில் தெளிவாகக் கேட்கிறது: "உண்மைக்கு நெருக்கத்தில் நீ இருப்பதான எண்ணம் கொண்டிருந்தாயானால், ஒன்றைத் தெளிவாகத் தெரிந்துகொள்..." என்று அவர் சொல்லிக்கொண்டிருக்கும்போது கனவில் இருந்து நான் விழித்துக்கொண்டு விடுகிறேன். அருகில் பக்கத்துக் குடித்தனக்காரர் படுத்திருப்பது தெரிகிறது. வானத்தில் நட்சத்திரங்கள் மின்னிக்கொண்டிருக்கின்றன. என் கண்கள் நன்றாகத் திறந்திருக்கின்றன. நான் விழித்துக்கொண்ட பிறகும் அவர் குரல் நிற்கவில்லை. இடைவெளி இல்லாமல் தொடர்ந்து

கேட்கிறது: "...நீதான் அந்த மையம்," என்று சொல்லி முடிக்கிறது அவர் குரல்!

மேகங்கள் அதிகம் இன்றித் தெளிவாக இருக்கிறது வானம். ரிஷப, மிதுன ராசிகளின் நட்சத்திர மண்டலங்கள் தெரிகின்றன. சற்றுத் தள்ளி கிருத்திகை நட்சத்திரக் கொத்து தன் மென்மையான ஒளியுடன் மின்னிக்கொண்டிருக்கிறது.

அலைந்து கொண்டிருப்பது வாடிக்கையாக இருக்கிறது. உள்ளேயும் வெளியேயும். ஒரு அளவில் இவையிரண்டும் வெவ்வேறு தளங்களில் நிகழ்வதாக இருந்தாலும் இரண்டும் முற்றிலும் வேறானவையல்ல என்று தோன்றுகிறது. உள்ளே மனத்தில் அலைவதும் வெளியே உலகில் அலைவதும் தமக்குள் தொடர்பு கொண்டவையாகவே இருக்கின்றன. அலைவது உலகிலும் மனத்திலும் நிகழ்ந்தாலும், அலையும் நான் இந்த இரண்டுக்கும் அப்பாற்பட்டவனாகவே இருக்கிறேன். இந்த இரண்டு வெளிகளில் மட்டும் அடங்கி இருந்து வாழ இயலாதவனாகவே இருக்கிறேன். இவை போதாதவனாக இருக்கிறேன். என்னிலிருந்து விடுபட்டு, என்னை அடைய, என்னைத் தேடி அலைபவனாக இருக்கிறேன். ஏதோ ஒன்று, உள்ளேயோ வெளியேயோ, ஒரு இடத்தில் என்னை நிலைக்கவிடாமல் அலையும்படி விரட்டிக்கொண்டே இருக்கிறது.

வாழ்வெளியின் மையப் பகுதிகளை விட்டு விலகி, அதன் கரையோரங்களில் அலைவது எனக்கு உகந்ததாக இருக்கிறது. மையப் பகுதிகள் துன்புறுத்துகின்றன. அந்தப் பகுதிகளின் கனத்துத் தடித்த தன்மையும், அதன் அடர்த்தியும் எனக்கு ஒவ்வாதவையாக இருக்கின்றன. அந்தப் பகுதிகள் எனக்குத் தொடர்பில்லாதவையாகத் தோன்றுகின்றன. மனமும் உடலும் சோர்ந்து போகும் வரை நிலைப்பில்லாமல் அலைவது வழக்கமாகி இருக்கிறது.

அலைந்து கொண்டே இருக்கிறேன். பகலின் உலகைவிட இரவின் உலகம் மனத்துக்கு உகந்ததாக இருக்கிறது. பெரும்பாலானோர் உறங்கும் இரவு நெருக்கமானதாக, வெதுவெதுப்புடன் இருக்கிறது. அப்போதுகூட மனிதர்களைவிட வானமும், மேகங்களும், நட்சத்திரங்களும், மரங்களும், மலைகளும் நெருக்கமாக இருக்கின்றன.

இரவின் உலகம் கட்டுகள் தளர்த்தப்பட்டது. இளகியது. மென்மையானது. கனிவும் நெருக்கமும் கூடியது. ஈரமானது. செழிப்பானதும்கூட. இரவில்தான் புதிய உலகங்கள் விளை

நான் காணாமல் போகும் கதை

கின்றன. இரவில்தான் அவற்றின் வித்துக்கள் விழித்துக்கொண்டு அரும்பு விடுகின்றன. விளைச்சலின் ரகசியப் பேச்சு இரவின் அமைதியில் மென்மையாக, ஆனால் துல்லியமாகக் கேட்கிறது. வேர்நுனிகள் மண்ணுடன் கொஞ்சிக் குலாவுவதும், புது அரும்புகள் காற்றின் குளிர்ந்த ஈரத்தை உயிரின் தாகத்துடன் உறிஞ்சிக் குடிப்பதும் இரவில்தான் நிகழ்கின்றன. இயற்கையின் வேட்கையும் வேட்டையும் கைக்கொள்ளுதலும் இரவின் விரிந்த ரகசிய வெளியில்தான் நிகழ்கின்றன.

இரவு பாதுகாப்பானது. சுற்றி நின்று அணைத்து அனைத்தையும் பாதுகாக்கிறது இரவு. இரவின் மெல்லணைப்பில் அனைவரும் இறுக்கம் தளர்ந்து தூங்குகிறார்கள். தாம் உணராமலேயே இரவை ஆழமாக நம்புகிறார்கள். தம்மை அதனிடம் ஒப்படைத்து அதன் மடியில் நிம்மதியுடன் முடங்கிக் கொள்கிறார்கள்.

ரகசியங்கள் நிச்சிந்தையாக வெளியே வந்து உலவும் வேளை இரவு. தொலைவும் அண்மையும் ஒன்று கலந்திருக்கும் தருணம். உள்ளும் வெளியும் இடம் மாற்றிக்கொள்ளும் நேரம். அறிந்தவை அனைத்தும் சந்தேகத்துக்குரியதாகவும் அறியாதவை நிதர்சனமாகவும் தம்மைக் காட்டிக்கொள்ளும் பொழுது.

இரவு அழகானது. அமைதியானது. கருநீல வானத்தில் வாரியிறைத்திருக்கும் நட்சத்திரங்கள். கட்டடங்கள் தம்மை முடிந்த அளவுக்கு உள்ளே சுருக்கிக் கொள்கின்றன. தாம் இல்லாதது போல் பாவனை காட்ட முயல்கின்றன. மரங்களும் காண்போரைக் கவர்ந்திழுக்கும் தம் இலைகளின் பசுமையையும், மலர்களின் வண்ணங்களையும் உள்ளிழுத்துக் கொண்டுவிடுகின்றன. மலர்களின் மணம் மட்டும் மெல்ல இரவின் வெளியை நிறைத்துப் பரவிக்கொண்டிருக்கிறது.

இளம் இரவில் உலகம் நாணம் கவியும் பெண்மையின் நளினத்தைக் கொண்டிருக்கிறது. நாணம் மேலிட இருளின் மென் துகிலை இழுத்துத் தன்னை மூடிக்கொள்கிறது.

அலைந்துகொண்டே இருக்கிறேன். தனியாகவும் சில சமயம் நண்பன் ஒருவனுடனும். தினமும் மாலை ஐந்து மணிக்கு அலுவலகம் முடிந்ததும் இருவரும் கிளம்பி, நடந்து நடந்து, திசையற்று, நோக்கற்று அலைகிறோம். அயராமல் பேசிக்கொண்டே நடக்கிறோம். பேச்சும் நடையும்தான் வாழ்வின் பெரும் பகுதியை நிரப்புகின்றன. இரவு பத்து மணி வரையில் பேசிக்கொண்டு நடந்து போய்க்கொண்டே இருப்பது வழக்கமாக இருக்கிறது. சில சமயம், மாதத்தில் இரண்டு அல்லது மூன்று நாட்கள், இரவு முழுவதும் இருளின் நெடுஞ்சாலைகளிலும் சிறு வீதிகளிலும்

நடந்துகொண்டே இருக்கிறோம். கால்கள் சலிக்கும்போது தேநீர் அருந்தி, சிறிது நேரம் இளைப்பாறிவிட்டு மறுபடியும் நடையும் பேச்சும் தொடர்கிறது. வாழ்வனுபவத்தின் அனைத்து அம்சங்கள் பற்றியும் பேச்சில் சலித்தெடுக்கிறோம். இழை இழையாகப் பிரித்தெடுக்கிறோம். மனவெளியின் இருள் கவிந்த பிரதேசங்களில் நுழைந்து அலைவது விருப்பமானதாக இருக்கிறது.

ஒரு நாள் காலை நான்கு மணிக்கு நகரின் பிரசித்தி பெற்ற உணவகம் ஒன்றில் சுடச் சுட இட்லி சாப்பிடுகிறோம். மற்றொரு முறை இரவெங்கும் அலைந்து திரிந்து காலை மூன்று மணிக்கு புறநகர்ப் பகுதியில் ஒரு தேநீர் விடுதியில், துருவிய தேங்காய் உதிரும் குழாய்ப் புட்டு சாப்பிடுகிறோம், கடலைச் சுண்டல் சேர்த்து. ஒரு நாள் இரவு சீன உணவு. மறு வாரம் வேறொரு இடத்தில் மொகலாய உணவு. நாவிலும் அலைவுதான்.

திசையும் நோக்கமும் இன்றி அலைவதால் நேரம் பற்றிய உணர்வு இல்லாமல் காலை இருள் பிரியும்போது நகரின் ஏதோ ஒரு மூலையில் நாங்கள் அலைந்து கொண்டிருப்பதை உணர்கிறோம். சிறிது நேரத்தில் அருகில் உள்ள ஏதாவது ஒரு இடத்தில் பஸ் ஏறி, வீட்டை அடைந்து, குளித்து சாப்பிட்டுவிட்டு மறுபடி அலுவலகம் சென்றடைகிறோம். உள்ளும் வெளியும் இப்படி அலைந்துகொண்டே இருக்கிறோம்.

இரவு முழுவதும் அலையாமல் பத்து மணிக்கு வீடு திரும்பி விடும் நாட்களில், சாப்பிட்டு முடித்து, ஏதாவது புத்தகத்தை எடுத்துக்கொண்டு படுக்கிறேன். உடல் அலையாமல் இருந்தாலும் மனம் வேறொருவரின் மனப் பிரதேசங்களில் உலாவப் போய்விடுகிறது. புதிய வாழ்நிலைகளில் அலைகிறேன். அலையும் மன வெளி விரிந்துகொண்டே இருக்கிறது.

இவ்வாறு தினப்படி அலைச்சல் மட்டுமில்லாமல் வருடத்தில் ஓரிரு முறை வெளியூர் சென்று நண்பர்களுடன் அங்குள்ள மலைப் பகுதிகளில் அலைந்துகொண்டிருக்கிறேன். மலைகளில் ஏறி இறங்கி அலைவது உள்ளே ஏதோ ஒரு மனப் பிரதேசத்துக்குத் தேவையாக இருக்கிறது. மலையுச்சியில் நின்று பார்க்கும்போது சுற்றி விரிந்திருக்கும் உலகம் தன் பழகிப் பரிச்சயப்பட்டுவிட்ட தன்மையை விடுத்துப் புதிதாகத் தெரிகிறது. சூழ்ந்திருக்கும் நீள்வெளி மனத்தின் எல்லைகளைக் கட்டறுத்து விடுவிக்கிறது. மனவெளி புறவெளியின் விரிவில் கரைந்து, கலந்து, தானும் எல்லைகள் கடந்து விரிகிறது.

மற்றொருபுறம் மலையின் ஆகிருதி. தினசரி மனத்தின் பழகிப் போன உருவ அளவுகளை மீறிய பிரும்மாண்டம். மலை

நான் காணாமல் போகும் கதை

தன் சுயத் தனிமையில் அசைவற்று அமர்ந்திருக்கும் கம்பீரம். உள்ளும் வெளியும் வெவ்வேறு விதமான அமைதியுடன் மலை அமர்ந்திருக்கும் நிச்சலனம். காண்பவனின் சிறு மனத்தைத் தன் பெரும் ஆகிருதியின் ஆளுமையில் மௌனமாக உள்ளிழுத்துக் கொண்டுவிடும் பாங்கு.

படிகள் ஏறி அடையும் மலையுச்சிகளில் ஏதோ ஒரு செயற்கைத் தன்மை இருக்கிறது. வெறும் பாறைகளைப் பிடித்துக்கொண்டு மலையேறுவதுதான் மனத்துக்குப் பிடிக்கிறது. அதுதான் ஆபத்தின் விளிம்புகளில் உலவும் சிலிர்ப்பைக் கொடுக்கிறது. மலையேறும்போது மலையிடம் தன்னை ஒப்புக் கொடுத்துவிடுவதான உணர்வு மனத்தில் எழுகிறது. மலையின் மீது நம்பிக்கை கொள்ளாமல் யாரும் மலை மேல் ஏறிவிட முடியாது என்று தோன்றுகிறது.

மலை ஏறுவது வெளியே நிகழும் செயலாக மட்டும் இல்லாமல் கூடவே உள்ளேயும் ஏறுவதாக இருக்கிறது. மலையுச்சியை அடைவது உள்ளேயும் ஏதோ ஒரு சிகரத்தை அடைந்து நிலைப்பதான உணர்வைத் தருகிறது. சில சமயம் மலையுச்சியில் இருந்து பார்க்கும்போது மலையும், சுற்றியுள்ள வெளியும், கண்ணுக்கெட்டிய தூரம் வரைக்கும் தெரியும் பிரதேசமும் வெளியில் இல்லாமல் உள்ளே இருப்பதான உணர்வு ஏற்படுகிறது. அந்தக் கணங்களில் இவை அனைத்தையும் உள்ளடக்கிய 'நான்' உருவமற்று எல்லையற்று எங்கும் விரிந்திருக்கிறது.

ஊர் ஊராக பஸ்களிலும் ரயில் வண்டிகளிலும் அலைந்து கொண்டிருக்கிறேன். பயணங்கள் நண்பர்களைச் சந்திக்க. ஆனால் நண்பர்களைச் சந்திப்பது மட்டுமல்லாமல் பயணமேகூடப் பயணத்தின் நோக்கமாக இருக்கிறது. குறிப்பிட்ட நோக்கம் ஏதுமின்றிப் பயணித்துக்கொண்டு இருப்பதால் பயணத்தின் போது கண்களும் மனமும் விரியத் திறந்திருக்கின்றன.

பயணம் உடலை மட்டுமல்லாது மனத்தையும் தன் வரையறைகளுக்கும், கட்டுப்பாடுகளுக்கும், சட்டதிட்டங்களுக்கும் அப்பால் எங்கோ இட்டுச் சென்று விடுவித்து விடுகிறது. விடுபடலின் விரிவில் மனம் ஆழமும் வீச்சும் பெறுகிறது, புதிய உள் கரைகளை ஸ்பரிசம் கொள்கிறது.

பஸ்ஸில் போய்க்கொண்டிருக்கிறேன். டிரைவருக்கு இடப்புறம் உள்ள இருக்கை. சாலை நீண்டு நேராகப் போய்

கொண்டே இருக்கிறது. மனத்தில் ஏதோ சிந்தனைகள். கண்கள் எதிரே சாலையைப் பார்த்தபடி இருக்கின்றன. சட்டென்று ஒரு விஷயம் மனத்தில் புலப்படுகிறது. சிந்தனையோட்டம் அடங்கிப் போகிறது.

கீழே சாலை. இரண்டு பக்கமும் மரங்கள். மேலே மரங்களின் கிளைகளும் இலைவிரிவும். இடைவெளிகளில் வானம் புள்ளிகளாய், திட்டுத் திட்டாய்த் தெரிகிறது. எதிரே சாலையும் வானமும் சந்திக்கும் புள்ளியில் பார்வை பதிந்திருக்கிறது. அந்தப் புள்ளியில் இருந்துதான் ஊற்றுக் கண்ணைப்போல் சாலை, வானம், மரங்கள், வயல்வெளிகள், நீரோடைகள், ஆடுகள், மாடுகள், எதிரே வரும் பஸ்கள், லாரிகள், சைக்கிள்கள், கார்கள், மனிதர்கள் என்று எல்லாம் வெளிப்பட்டுக் கொண்டே இருக்கின்றன. முழு உலகின் ஊற்றுக்கண் அந்தப் புள்ளியாக இருக்கிறது. நீண்ட நேரம் அந்தப் புள்ளியிலேயே கண்ணும் மனமும் ஒன்றி இருக்கின்றன.

எதிரே சாலையின் ஒரு முனையில் இருக்கும் அந்தப் புள்ளியிலிருந்து உலகம் பெருகிக்கொண்டே இருக்கிறது. அப்படியானால் மறுமுனையில் என்ன நடக்கிறது? திரும்பிப் பார்க்கிறேன். பஸ் போய்க்கொண்டே இருக்கிறது. பஸ்ஸின் இருபக்க இருக்கைகளும் வரிசையாகத் தெரிகின்றன. நடுவில் நடைவழி. பின்னால் கண்ணாடியின் வழியாகச் சாலை தெரிகிறது. நீண்ட சாலையின் முடிவில் இருக்கும் புள்ளியில் பார்வை பதிகிறது. அந்தப் புள்ளி உலகின் பொருட்கள் அனைத்தையும் உள்ளே இழுத்துக்கொண்டே இருக்கிறது. சாலை, மரங்கள், வண்டிகள், கட்டடங்கள், குடிசைகள், மனிதர்கள், வாய்க்கால்கள், வானம், மேகங்கள், எல்லாம் அந்தப் புள்ளிக்குள் சென்று மறைகின்றன. அனைத்தையும் உள்ளிழுத்துக்கொள்கிறது அந்தப் புள்ளி.

ஒரு புள்ளியிலிருந்து தோன்றி, வெளிவந்து, அனுபவமாகி, பின் மற்றொரு புள்ளிக்குள் சென்று சேர்ந்துவிடுகிறது உலகம். அறிவின் ஓட்டத்தைச் சற்று நிறுத்திவிட்டுப் பார்த்தால் இந்த உண்மை மறுக்க முடியாததாக இருக்கிறது. பஸ்ஸின் வேகத்திற்குத் தக்கவாறு உலகம் தோன்றி மறையும் வேகமும் இருக்கிறது. பஸ் நிற்கும்போது உலகம் தோன்றி மறைவதும் நின்றுபோய், தோன்றிய உலகம் நிலைப்புக்கொண்டுவிடுகிறது.

கனவு நான்கள் காணாமல் போவதற்கும் நனவு நான்கள் காணாமல் போவதற்கும் பெரிய வேறுபாடு ஒன்றும் இருப்பதாகத் தெரியவில்லை.

ஒரு கனவு. நேரம் நள்ளிரவு. நான் உடல், உருவமற்ற உணர்வுப் படலமாய் வானில் மிதந்து போய்க்கொண்டிருக்கிறேன். கீழே சற்றுத் தொலைவில் ஒரு பெரிய கோவில் வளாகம் தெரிகிறது. அங்கு செல்ல வேண்டும் என்ற நோக்கம் தோன்றுகிறது. உணர்வுப் படலமாக இருக்கும் எனக்கு ஒரு இடத்திலிருந்து இன்னொரு இடத்திற்கு நகர்வது வித்தியாசமான அனுபவமாக இருக்கிறது. எங்கு போக வேண்டுமோ அங்கு கவனத்தின் மையத்தைக் குவித்தால் படலம் முழுவதும் அந்த இடத்தை நோக்கி விரைகிறது. கோவில் வளாகத்தை நோக்கி நகர்கிறேன்.

விசாலமான கோவில் வளாகம். சிறியதும் பெரியதுமாய் உள்ளே ஆங்காங்கே பல சந்நிதிகள். மிகவும் பழைய கோவில். கோவில் மூடியிருக்கிறது. வளாகத்தின் உள்ளே யாருமில்லை. கடவுளர் தங்கள் கலையாத தனிமையில் வீற்றிருக்கின்றனர். நான் வெளிப் பிரகாரத்தில் மிதந்து சுற்றி அலைகிறேன். நிலவின் ஒளி வளாகம் முழுவதும் நிறைந்திருக்கிறது. மயில் ஒன்று வலை போட்ட இடம் ஒன்றில் இருக்கிறது. அது மட்டும் தூங்காமல் மெல்ல நடந்துகொண்டிருக்கிறது. பளபளக்கும் இலைகளுடன் புன்னை மரம் ஒன்று தெரிகிறது. அதன் இலைகளில் நிலவொளி பட்டு மின்னுகிறது.

உள் பிரகாரங்களில் நுழைந்து திரிந்து மறுபடி வெளியே வருகிறேன். சற்றுத் தள்ளி சிறிய சந்நிதி ஒன்று தெரிகிறது. சந்நிதி வாசல் இருட்டாக இருக்கிறது. இருளின் ஆழ்ந்த கருமை ஈர்க்கிறது. இருளுக்குள் கவனத்தின் மையத்தைக் குவிக்கிறேன். ஒரு விசை யால் இழுபடுவதைப்போல் விரைந்து சந்நிதிக்குள் நுழைகிறேன். சந்நிதியின் உள்வெளியை மெல்ல நிறைக்கத் தொடங்குகிறேன். சந்நிதிக்குள் மட்டும் விளக்கேற்றியது போல் இருள் மெல்லக் கலைகிறது. கணக்கற்ற வருடங்களின் எண்ணெய் வாசனை அங்கு நிறைந்திருக்கிறது. அது நவக்கிரக சந்நிதி என்பது இப்போது தெரிகிறது. அகலமான மேடைமேல் வெவ்வேறு திசைகளை நோக்கியபடி ஒன்பது விக்கிரகங்கள் வரிசைக்கு மூன்றாக மூன்று வரிசைகளில் இருக்கின்றன.

மேடைமேல் விக்கிரகங்களின் அருகில் நிறைய அகல் விளக்குகள் இருக்கின்றன. எண்ணெயும் திரியும் இருந்தாலும் விளக்குகள்அணைந்திருக்கின்றன. நான் சந்நிதியின் உள்வெளியை முழுவதும் நிரப்பி நிறைத்தவுடன் திடீரென்று எல்லா அகல் விளக்குகளும் பளிச்சென்று எரியத் தொடங்குகின்றன. சிறிய சந்நிதியில் வெளிச்சம் நிறைகிறது.

தூக்கத்தில் கனவு கண்டுகொண்டிருந்த எனக்கு அடி வயிற்றிலிருந்து ஒரு உணர்ச்சி வேகம் கொண்டு எழுகிறது. அது தலையை அடைந்தவுடன் நான் விழித்துக்கொள்கிறேன்.

பயணம் எப்போதும் மனத்தின் கட்டுகளை அவிழ்த்து விடுகிறது. மனத்திற்குச் சிறகுகள் முளைக்கின்றன. உடல் புறவெளியில் அலையும்போது மனம் அகவெளியில் நிச்சிந்தையாய் அலைகிறது. உள்ளும் புறமும் தனித்தனியே இல்லாமல் ஒன்றிணைந்து பயண வெளிகளில் பரவும் கணங்களும் உண்டு. பார்வை புதிய மையங்களில் நிலைகொண்டு விரிகிறது. அதன் வீச்சு புதிய கோணங்களில் அனுபவம் கொள்கிறது.

ரயிலிலோ பஸ்ஸிலோ போகும்போது ஒரு விஷயம் கவனத்தில் புலனாகிறது. அதுவும் இரண்டு பக்கமும் வயல்வெளிகளும், தோப்புகளும், தனி மரங்களும், சிறு வீடுகளும், பாறைகளும் பரந்து விரிந்திருக்கும் இடங்களில் இந்த விஷயம் இன்னும் தெளிவாகத் தெரிகிறது. பார்வைக்கும் காட்சிக்கும் இடையில் உள்ள உறவு வெளிச்சமாகிறது.

வண்டி விரைந்து சென்று கொண்டிருக்கும் நேரம், ஜன்னல் வழியாகப் பார்க்கும்போது பார்வை எந்தப் புள்ளியில் குவிகிறதோ, அந்தப் புள்ளி நிலவெளியின் மையமாக நிலைகொள்கிறது. அந்த மையத்தைச் சுற்றி அகண்ட நிலவெளி முழுவதும் பிரும்மாண்டமான சக்கரம் போல் சுற்றி வருகிறது. வண்டியின் வேகத்திற்குத் தக்கவாறு சக்கரம் சுழலும் வேகமும் அதிகரிக்கவோ குறையவோ செய்கிறது. வண்டிநேராகப் போனாலும் அந்த மாபெரும் தட்டின் மேல் மையத்தைச் சுற்றி ஒரு சுழல் பாதையில் செல்வது போல் காட்சி கொள்கிறது.

பார்வையை ஒரு மரத்தின் மேல் பதித்தால் அந்த மரம் மையமாகிறது. மரத்தைச் சுற்றி உலகத் தட்டு சுழல்கிறது. மரத்துக்கு சற்றுத் தள்ளி ஒரு பெரிய பாறை மரத்தைச் சுற்றிக்கொண்டு இருக்கிறது. மரத்திலிருந்து பார்வையை பாறையின் மேல் பதிக்கிறேன். சுற்றிக்கொண்டிருந்த பாறை திடீரென்று மையமாய் நிலைப்படுகிறது. மையமாய் நிலைத்திருந்த மரம் இப்போது பாறையைச் சுற்றத் தொடங்கிவிடுகிறது. எந்தப் புள்ளியை மையமாகக் கொள்கிறேனோ அதைப் பொறுத்து மற்ற பொருள்கள் சுழலும் திசை கூட நிர்ணயமாகிறது. மையத்துக்கும் எனக்கும் இடையில் உள்ள பொருட்கள் எனக்கு எதிர்த் திசையில் ஓடுகின்றன. மையத்திலிருந்து தொடுவானம் வரையில் இருக்கும் எல்லாப் பொருள்களும் என்னுடன் வண்டியின் திசையிலேயே நகர்ந்து வருகின்றன.

மாபெரும் சுழலும் தட்டின் அங்கமாக என்னையும் வண்டியையும் உணரும்போது ஆழமான ஒரு அமைதி விரிந்து காட்சியை நிறைக்கிறது. வானையும், சுழலும் பூமியையும்

அந்த அமைதிப் பெருவெளி இணைக்கிறது. தட்டு புதிய புதிய மையங்களில் சுழன்றுகொண்டு இருக்கிறது.

ஒரே கணத்தில் பார்க்கும் ஒவ்வொருவருக்கும் வெவ்வேறு மையம் கொண்டு, வெவ்வேறு திசைகளில், அவரவர்க்கு அவரவர் காட்சி உண்மையாய், கணக்கற்ற மனங்களில் பிரதிபலித்துக் கொண்டு, உலகத் தட்டு சுழன்றுகொண்டே இருக்கிறது.

லேசாக உடல்நிலை சரியில்லை. டாக்டர் வீட்டுக்குப் போகிறேன். படியேறி உள்ளே போனதும் வரவேற்பறை இருக்கிறது. குழல் விளக்கின் மென்மையான வெளிச்சம் சூழ்ந்திருக்கிறது. ஏழெட்டுப் பேர் நாற்காலிகளில் அமர்ந்திருக்கின்றனர். ஓரமாக உள்ள நாற்காலியில் சென்று உட்கார்ந்துகொள்கிறேன். எதிரில் டாக்டரின் அறைக்குள் செல்லும் நுழைவாயில். பூப்போட்ட திரைச்சீலை ஒன்று தொங்குகிறது. அதன் பின்னால் தெரியும் அறையில் டாக்டர் உட்கார்ந்திருக்கிறார்.

என்னுடைய முறை வருவதற்கு இன்னும் ஒரு மணி நேரமாவது ஆகும். கையில் இருக்கும் புத்தகத்தைப் பிரித்துப் படிக்கத் தொடங்குகிறேன். பத்து நிமிடம் படித்த பிறகு புத்தகத்துக்குள் விரலை வைத்துக்கொண்டு நிமிர்ந்து பார்க்கிறேன். இன்னும் ஒருவர் வந்திருக்கிறார். எல்லோரையும் பார்த்து வைத்துக்கொள்ள வேண்டும். அப்போதுதான் நான் எப்போது உள்ளே போகவேண்டும் என்பது தெரியும். ஒவ்வொருவராகப் பார்க்கிறேன்.

நான் உள்ளே வரும்போது முதல் நாற்காலியில் உட்கார்ந்திருந்த முதிய பெண்மணியையும், கூட இருந்த சிறுவனையும் காணவில்லை. உள்ளே போயிருக்க வேண்டும். இப்போது முதல் நாற்காலியில் முப்பத்தைந்து வயது மதிக்கத்தக்க ஒருவரும் அருகில் ஒரு பெண்மணியும் அமர்ந்திருக்கிறார்கள். அடுத்ததாக வயது முதிர்ந்த ஒரு பெண்மணி. அருகில் ஒரு சிறுவன். பிறகு ஒரு இளம்பெண். கூட வயதான ஒரு பெண்மணி. அடுத்த நாற்காலியில் கடைசியாக எனக்குப் பிறகு வந்தவர். எதிர்ப்புறம் இருக்கும் நாற்காலி வரிசையில் ஓரத்தில் நான். என்னருகில் ஒரு முதியவர். அடுத்து இரண்டு நாற்காலிகள் காலியாக இருக்கின்றன.

புத்தகத்தைப் பிரிக்கிறேன். புத்தகத்தில் எழுத்துக்களைச் சுற்றியும் வரிகளுக்கிடையேயும் உள்ள வெண்மையான பகுதியில் பார்வை படிகிறது. என் தலைக்கு மேல் இருக்கும் குழல் விளக்கின் வெளிச்சம் காகிதத்தின் வெண்மையில் மோதிப்

பிரதிபலிக்கிறது. நிமிர்ந்து பார்க்கிறேன். சுவர்களின் மேலும் கூரையின்மீதும் ஒளி பட்டு வீசி அறையெங்கும் நிறைந்திருக்கிறது. நான் புத்தகத்தைக் கையில் வைத்துக்கொண்டு அமர்ந்திருக்கிறேன். நிசப்தமான அருவியென இடையறாது குழல் விளக்கொளி பொழிந்துகொண்டே இருக்கிறது.

புத்தகத்தில் ஆழ்கிறேன். மற்றவர்கள் டாக்டரிடம் உள்ளே போய் வந்து கொண்டு இருக்கிறார்கள். என் முறை வந்துவிட்டதா என்று மட்டும் பார்த்துக்கொண்டு படிப்பதில் கவனமாக இருக்கிறேன். புதிதாக மேலும் சிலர் வந்திருக்கிறார்கள். எனக்கு முன்னதாகப் போகவேண்டியவர் உள்ளே போயாகி விட்டது. புத்தகத்தை மூடி வைக்கிறேன். டாக்டரின் அறைக்கு முன்னால் திரைச்சீலைக்கு அருகில் போய் நின்றுகொள்கிறேன். உள்ளே இருப்பவர் வந்ததும் நான் உள்ளே போக வேண்டியதுதான். லேசான மருந்து நெடி காற்றில் கலந்திருக்கிறது. டாக்டரும் உள்ளே போனவரும் பேசிக்கொள்ளும் சப்தம் மெதுவாகக் கேட்கிறது. குழந்தைகள் படம் போட்ட நாட்காட்டி ஒன்று அருகே சுவரில் தொங்குகிறது.

திடீரென்று விளக்குகள் அணைந்து போய்விடுகின்றன. முழு இருட்டு நிறைகிறது. நிசப்தம். ஒன்றும் தெரியவில்லை. வரவேற்பறை தெரியவில்லை. அமர்ந்திருக்கும் யாரும் தெரியவில்லை. திரைச்சீலை தெரியவில்லை. குழந்தை படம் போட்ட நாட்காட்டி தெரியவில்லை. என் கைகால்கள், உடை, எதுவும் கண்ணுக்குத் தெரியவில்லை.

நான் இருப்பது மட்டும் தெரிகிறது. தெள்ளத் தெளிவாக, சர்வ நிச்சயமாக நான் இருப்பது தெரிகிறது. நான் இருப்பது தெரிவதற்கு விளக்கொளி தேவையில்லை. நான் இருப்பது எனக்குத் தெரிவதற்கு இடையில் வேறெதுவும் தேவையில்லை.

இருள் நிறைந்திருக்கிறது. நான் எங்கும் பரவியிருக்கிறேன்.

காணாமல் போவது என்பது எந்த வித மாற்றமுமில்லாமல் தொடர்ந்து நடந்துகொண்டே இருக்கிறது. ஆனாலும் அதுவே இயல்பாக ஆகிவிட்டிருப்பதாலோ என்னவோ, இப்போதெல்லாம் அது பெரும்பாலும் கவனத்தை ஆட்கொள்வதில்லை. கிட்டத்தட்ட அது மறந்துகூடப் போய்விட்டிருக்கிறது. வானில் மேகங்கள் தன்னியல்பாக உருக்கொண்டு, மிதந்து, இருந்து, கரைந்து போவதைப்போல், கனவுகளும் நனவுகளும் மனவெளியில் தம் சுய இலக்கண விதிகளின்படி தோன்றி, விரிந்து, சுவடின்றி மறைந்து போகின்றன. காணாமல் போவதும் தன்னியல்பாக, தன் சுய

இலக்கணத்தின்படி, கவனத்தில் குவியாமல், நடந்துகொண்டே இருக்கிறது. திடீரென்று எப்போதாவது சில சமயம், காணாமல் போவது என்பது கவனிக்கப்படாமல் போய்க்கொண்டிருக்கிறது என்பது கவனத்துக்கு வருகிறது. காணாமல் போவதைத் தொடர்ந்து கவனித்துக்கொண்டிருந்தவனும் காணாமல் போய்விட்டான் போலிருக்கிறது.

ஒவ்வொரு கனவும் ஒவ்வொரு தளத்தில் பிறந்து உருக்கொள் கிறது. தான் பிறந்த தளத்தின் தன்மையும் குணமும் சுவையும் வாசனையும் கொண்டு அது வெளிப்படுகிறது.

இரவு நேரம். அருங்காட்சியகம் ஒன்றில் தன்னந்தனியாக நடந்து சென்றுகொண்டிருக்கிறேன். என்னைத் தவிர வேறு யாருமில்லை. நிசப்தமாக இருக்கிறது. ஏதோ ஒரு உந்துதலுக்கு ஆட்பட்டு நடந்துகொண்டிருக்கிறேன். வரிசையாகப் பல விசாலமான கூடங்கள். எல்லாக் கூடங்களிலும் மங்கலான வெளிச்சம் நிறைந்திருக்கிறது. கண்ணாடிப் பெட்டிகளில் பழங்காலத்து நாணயங்களும், வண்ணச் சித்திரங்கள் வரையப்பட்டுள்ள உடைந்த மண் ஓடுகளும், பல வண்ணங்களில் பல பொருட்களால் ஆன மணிகள் கோர்த்த மாலைகளும், யானைத் தந்தத்தால் செய்யப்பட்ட வளையல்களும், ஏனைய பல பொருள்களும் பார்வைக்கு வைக்கப்பட்டிருக்கின்றன. அடுத்து ஒரு கூடத்தில் சலவைக்கல் சிற்பங்கள். அடுத்த கூடத்தில் பழங்காலத்து வாட்கள், கேடயங்கள், ஈட்டிகள் வைக்கப்பட் டிருக்கின்றன.

கூடத்தின் ஓரத்தில் உள்ள வாசலுக்கு அப்பால் மரத்தாலான மாடிப்படி தெரிகிறது. படியேறிச் செல்கிறேன். மேலே ஏறியதும் ஒரு கதவு பாதி மூடியபடி இருக்கிறது. மெல்லத் திறந்து கொண்டு உள்ளே செல்கிறேன். இருட்டாக இருக்கிறது. ஆனால் ஏதோ லேசான நடமாட்டம் இருப்பதை உணர்கிறேன். தயங்கித் தயங்கி அடியெடுத்து வைக்கிறேன். திடீரென்று விளக்குகள் பளிச்சென்று எரிகின்றன. சுற்றிலும் பார்த்தபோது அது விலங்கியல் பிரிவு என்பது தெரிகிறது. அந்த அறையில் கண்ணாடிப் பெட்டி களில் சிறிய விலங்கினங்கள் வைக்கப்பட்டிருக்கின்றன. ஏதோ அசைவு புலப்படுகிறது. ஒரு கண்ணாடிப் பெட்டியருகில் சென்று பார்க்கிறேன். உள்ளே குரங்கு போன்ற ஒரு மிருகம் இருக்கிறது. ஆனால் அளவில் குரங்கைவிடச் சிறியதாக இருக்கிறது. மேலே ஒரு மரக்கிளையை இரு கைகளாலும் பற்றியவாறு நின்று

கொண்டிருக்கும் அமைப்பில் வைத்திருக்கிறார்கள். கண்கள் திறந்த வண்ணம் இருக்கின்றன.

அந்தக் குரங்கு மெதுவாக ஒரு கையைக் கீழே இறக்குகிறது. கண்கள் ஒரு முறை மூடித் திறக்கின்றன. மெதுவாகச் சுற்றிலும் பார்க்கிறது குரங்கு. முன்னே ஒரு அடி எடுத்து வைக்கிறது. அடுத்த அடி வைக்கும்போது கண்ணாடி தடுக்கிறது. கையால் கண்ணாடியைத் தள்ளிப் பார்க்கிறது. பிறகு கையைப் பின்னே கொண்டுபோய் வேகமாகக் கண்ணாடியை அடித்து உடைக்கிறது. உடைந்த கண்ணாடி வழியாக வெளியே குதிக்கிறது. வலதுபுறம் இருந்த வாசல் வழியாக உள்ளே நுழைகிறது. பின்னால் ஏதோ ஓசை கேட்கிறது. திரும்பிப் பார்க்கிறேன். இன்னொரு பெட்டியில் இருந்த ஏதோ ஒரு மிருகம் கண்ணாடியை உடைத்துக்கொண்டு வெளியே வருகிறது. உடல் முழுவதும் கறுத்து அடர்ந்த ரோமத்துடன் சிறிய கரடிபோல் தோற்றம் கொண்டிருக்கிறது அது. கண்கள் சிவப்பாக இருக்கின்றன.

அடுத்த அறையிலிருந்து பெரியதாக ஓசை கேட்கிறது. என் உடல் பயத்தில் நடுங்குகிறது. அங்கிருந்து ஓடிவிடவேண்டும் என்ற துடிப்பு ஒரு புறம். ஆனால் உள்ளே சென்று பார்த்துவிட வேண்டும் என்ற உந்துதல் தவிர்க்க முடியாததாக இருக்கிறது. அந்த வாசலைத் தாண்டி உள்ளே நுழைகிறேன். அது சற்றுப் பெரிய மிருகங்கள் வைக்கப்பட்டிருக்கும் அறை. கண்ணாடிப் பெட்டிகள் இல்லாமல் மேடைகள் போன்ற அமைப்பின் மேல் நிறுத்தி வைக்கப்பட்டிருக்கின்றன மிருகங்கள். தரையில் பெரிய பலகை ஒன்று கிடக்கிறது. ஒவ்வொன்றாக மிருகங்கள் தம் இடத்தைவிட்டு இறங்கிவருகின்றன.

ஒவ்வொன்றும் விசித்திரமாக இருக்கிறது. உடும்பு போன்ற உருவத்துடன் மஞ்சள் நிற உடலில் பச்சைப் புள்ளிகளோடு ஒரு மிருகம் கூடத்தின் ஒரு மூலையில் போய்க்கொண்டிருக்கிறது. நரியின் அளவில் ஒரு மிருகம் நின்றுகொண்டிருக்கிறது. முடியேதும் இல்லாமல் அரக்கு நிறத்தில் வழவழப்பான உடலுடன் இருக்கிறது அது. மூக்கு மட்டும் ஆறு அங்குல நீளத்துக்குத் தொங்கிக்கொண்டிருக்கிறது.

அடுத்து இன்னொரு அறை. அதிலிருந்து வெளியே வருகிறது ஒரு மிருகம். முதலை போன்ற உடலமைப்பில் இருக்கிறது. ஆனால் அதன் உடலில் வெளிர் பச்சையும் ஆரஞ்சு வண்ணமும் திட்டுத் திட்டாக இருக்கின்றன. இப்போது இன்னொரு மிருகம் வெளியே வருகிறது. செக்கச் சிவந்த நாக்கைத் தொங்கப் போட்டுக்கொண்டு ஓநாயைப் போல் இருக்கிறது. பழுப்பு உடம்பில் கறுப்புத் திட்டுக்கள். கண்கள் பச்சையாக இருக்கின்றன. வால் நீளமாக முடி அடர்ந்து தொங்குகிறது.

அந்த வாசல் வழியாக வரிசையாகப் பல மிருகங்கள் வெளியே வந்துகொண்டிருக்கின்றன. ஒவ்வொன்றும் பச்சை, மஞ்சள், சிவப்பு, ஊதா என விதவிதமான நிறங்களில், விசித்திரமான உருவங்களுடன் இருக்கின்றன. சில மிருகங்கள் பெரியவையாக, யானைக்குட்டியின் அளவில். சில மிருகங்கள் உடலில் முடியேதுமின்றி ஈரமாக வழவழவென்று இருக்கின்றன. ஒன்று உருவத்தில் மலைப்பாம்பைப் போல் உருண்டு திரண்டு நீளமாக இருந்தாலும் உடல் முழுவதும் கறுஞ்சிவப்பு ரோமம் அடர்ந்து இருக்கிறது. சிறிது நேரத்தில் அந்தப் பெரிய கூடம் முழுவதும் பல மிருகங்கள் நிறைந்துவிடுகின்றன. என் உடல் பயத்தில் வியர்த்துக் கொட்டுகிறது. மூச்சுத் திணறுகிறது.

கூட்டம் சேரச் சேர என் அருகில் பல மிருகங்கள் வந்து விடுகின்றன. ஆனால் எந்த மிருகமும் என்னைக் கவனித்ததாகத் தெரியவில்லை. நான் ஒதுங்கிக்கொள்ள நினைத்துக் கொஞ்சம் நகர்கிறேன். பத்தடி தொலைவில் வாசல் தெரிகிறது. மெல்ல நகர்ந்து வெளியே போய்விட முயல்கிறேன். வாசலுக்கு இரண்டடி தொலைவில் இருக்கும்போது ஏதோ ஒரு சிறிய மிருகத்தை மிதித்து விடுகிறேன். அது வினோதமான ஒரு குரலில் வீறிட்டுக் கத்துகிறது. உடனே எல்லா மிருகங்களும் என் பக்கம் திரும்பு கின்றன. ஒரு சேர எல்லாம் என்னை நோக்கி நகர்கின்றன.

வாசலுக்கும் எனக்கும் இடையில் உள்ள இரண்டடியை ஒரே எட்டில் தாண்டிக் குதித்து ஓடத் துவங்குகிறேன். பின்னாலேயே எல்லா மிருகங்களும் துரத்தி வருகின்றன. சிறிய விலங்குகள் இருந்த முதல் கூடத்தை அடைகிறேன். அங்கிருந்த மிருகங்களும் மற்றவையோடு சேர்ந்துகொள்கின்றன. அந்தக் கூடத்தை விட்டு வெளியே வந்து மரப்படிக்கட்டில் தடதடவென்று இறங்குகிறேன். அனைத்து மிருகங்களும் பின்னாலேயே இறங்கி வருகின்றன.

சலவைக்கல் சிற்பங்கள் உள்ள கூடத்தில் சிற்பங்களுக் கிடையில் புகுந்து ஓடுகிறேன். பழங்கால நாணயங்களும் மற்ற கைவினைப் பொருட்களும் வைக்கப்பட்டிருக்கும் கூடத்தை வந்தடைகிறேன். மிருகங்கள் துரத்தி வருகின்றன. அருங்காட்சியகத்தின் வாசல் கதவை நோக்கி ஓடுகிறேன். வாசல் கதவு மூடியிருக்கிறது. திறக்க முயற்சிக்கிறேன். முடியவில்லை. கதவில் முதுகைச் சாய்த்துக்கொண்டு நிற்கிறேன். மிருகங்கள் இப்போது மெதுவாக என்னை நெருங்கி வந்துகொண்டிருக்கின்றன. எனக்கும் அவற்றுக்கும் இடையில் உள்ள தூரம் குறைந்து கொண்டே வருகிறது. இன்னும் ஐந்தடி தூரம்தான் இருக்கிறது. அனைத்து மிருகங்களின் கண்களும் என்னை நோக்கியே இருக்கின்றன.

என் அடிவயிற்றிலிருந்து பயம் ஒரு பந்துபோல் எழும்பு கிறது. கத்த முயற்சிக்கிறேன். முடியவில்லை. மிருகங்கள் இன்னும் நெருங்கி வருகின்றன. பயம் தலைக்கேறுகிறது. தலை முழுவதும் பயம் தீவிரமாகப் பாய்ந்து பரவுகிறது. பீதியில் அலறுகிறேன். ஆனால் குரல் எழும்பவில்லை. விழித்துக்கொள்கிறேன். இந்தக் கனவு நானுக்கு வயது இருபத்து இரண்டு.

இலக்கியக் கூட்டம் ஒன்றிற்குப் போகிறேன். நகரத்தின் புராதனமான அழகான கட்டடத்தில் பெரிய கூடம் ஒன்றில் கூட்டம் நடக்கிறது. என் கூட இன்னும் மூன்று நண்பர்கள். தென் மாநிலங்கள் நான்கிலிருந்தும் கவிஞர்கள் பங்கேற்கிறார்கள். தத்தம் கவிதைகளைப் படித்துக் காட்ட இருக்கிறார்கள். என் நண்பர் ஒருவரும் தம் கவிதைகளைப் படிக்க இருக்கிறார். அவர் மேடை மேல் போய் உட்கார்ந்துவிடுகிறார். நாங்கள் மூவரும் நாற்காலி வரிசையில் நடுவில் போய் உட்கார்ந்து கொள்கிறோம். சுவர்கள் மெல்லிய தேக்கு மரப்பலகைகள் பொருத்தப்பட்டு அழகாக, பளபளப்பாக இருக்கின்றன. குழல் விளக்கொளி பட்டு மரச்சுவர்கள் மின்னுகின்றன. மரச்சுவரில் தேக்கு மரத்தின் கோட்டு வளைவுகள் தன்னிச்சையான லாகவத்துடன் வளைந்து நெளிந்து ஓடுகின்றன. சுற்றி வளைந்து வந்து மறுபடி ஒன்று சேர்கின்றன.

கூட்டம் சேர்ந்துகொண்டே இருக்கிறது. கூடத்தில் உள்ள நாற்காலி வரிசைகள் நிறைகின்றன. நாங்கள் நடுவில் ஒரு வரிசையில் அமர்ந்திருக்கிறோம். கூட்டம் தொடங்குகிறது. முதலில் நிகழ்ச்சியின் தலைவர் கால் மணி நேரம் பேசுகிறார். நான்கு மாநிலங்களின் மொழிகள் பற்றியும், அவற்றின் சிறப்பு பற்றியும் மிகவும் விரிவாக, ஆனால் ஆழமற்று உரையாற்றுகிறார். அலுப்புத் தட்டுகிறது.

பிறகு நிகழ்ச்சியின் சிறப்பு விருந்தினர் தன் பங்குக்கு அந்த மாநிலங்களிடையே பல நூற்றாண்டுகளாக வளர்ந்து வந்துள்ள உறவு பற்றி அதன் வரலாற்றுப் பின்னணியுடன் மிகவும் விளக்கமாக இருபது நிமிடம் பேசிவிட்டு, இது முன்னுரைதான் என்றும், கவிஞர்கள் தத்தம் கவிதைகளை வாசித்து முடித்ததும் விவரமாகப் பேசுவதாகவும் சொல்லிவிட்டு மனமில்லாமல் தம் இடத்தில் போய் அமர்கிறார். மிகவும் அலுப்பாக இருக்கிறது.

எழுந்து வெளியே போக முடியாது. நண்பர் கவிதை படிக்கும் வரையிலாவது இருக்க வேண்டும். ஓரமாக உட்கார்ந்திருந்தால் மெதுவாக எழுந்து வெளியே போய்விடலாம். கூட்டத்தின்

நான் காணாமல் போகும் கதை ❋ 83 ❋

நடுவே உட்கார்ந்திருக்கிறோம். எழுந்து வெளியே போவதென்றால் பல பேரைக் கடந்து செல்ல வேண்டும். தொந்தரவாக இருக்கும் என்பது ஒரு பக்கம். நமக்குப் பிடிக்கவில்லை என்பதால் பாதிக் கூட்டத்தில் வெளியே எழுந்து போவதும் சரியாகப் படவில்லை. ஆனாலும் மனம் மிகவும் சலித்துப் போகிறது.

இப்போது ஒவ்வொரு கவிஞராக வருகிறார். தன் கவிதைகளைப் படிக்கிறார். ஒவ்வொருவர் படிப்பதும் ஒவ்வொரு விதமாக இருக்கிறது. ஒருவர் தீவிரத் தன்மை சிறிதும் இல்லாத கவிதைகளை மிகவும் தீவிரமான பாவத்துடன் படிக்கிறார். இன்னொருவர் மிகவும் மந்தமான கதியில் ஏற்ற இறக்கங்கள் கொஞ்சம்கூட இல்லாமல் தட்டையான முறையில் படிக்கிறார். மற்றொருவர் தன் கவிதைகளை ராகம் போட்டுப் பாடலாகப் பாடுகிறார். நண்பரும் தன் கவிதைகளைப் படித்துவிட்டு தம் இடத்தில் அமர்கிறார்.

அலுப்பும் சலிப்பும் கூடமெங்கும் நிறைகிறது. என் கூட வந்த நண்பர்களில் ஒருவர் எழுந்து வரிசையில் இருந்த எல்லோரையும் தாண்டிக் கடந்து வெளியே போய்விடுகிறார். பலரும் அவர் போவதையே பார்க்கிறார்கள். அவர் அவ்வாறு செய்வது தவறு என்று ஒரு புறம் தோன்றினாலும் மறுபுறம் அவர் இந்த அலுப்புத் தரும் கூட்டத்திலிருந்து விடுபட்டு சுதந்திரமாக வெளியே போவது ஒரு விதத்தில் சரியாகத்தான் படுகிறது.

கூட்டத்தில் உள்ள பெரும்பாலானவர்கள் தாம் ஒரு மிக முக்கியமான நிகழ்ச்சியில் பங்கு கொள்வதான தீவிர பாவத்துடன் உட்கார்ந்திருக்கின்றனர். நானும் இன்னொரு நண்பரும் இருக்கவும் முடியாமல் எழுந்து போகவும் முடியாமல் அமர்ந்திருக்கிறோம். கூட்டம் போகும் போக்கைப் பார்த்தால் சுலபமாக இன்னும் ஒரு மணி நேரத்துக்கு மேல் ஆகும் போல் இருக்கிறது. அலுப்பும் சலிப்பும் அலை அலையாக எழுந்து கூடம் முழுவதையும் நிறைத்து கனத்து வழிகிறது. காற்றே கனமாக அடர்த்தியாக ஆகிவிட்டதைப் போல், மூச்சு விடுவதே மிகுந்த பிரயாசையாக இருக்கிறது.

தலை வலிக்கத் தொடங்குகிறது. மனம் நிகழ்ச்சியிலிருந்து விலகி உள்வாங்கிக் கொண்டு விடுகிறது. அலுப்பும் சலிப்பும் இன்னும் தீவிரமாகத் தெரிகின்றன. கண்களை மூடிக்கொள்கிறேன். வெளியே நடப்பது காதில் வெறும் இரைச்சலாகக் கேட்கிறது. கண்களைத் திறந்து பார்க்கும்போது எல்லாம் வெகு தூரத்தில் எங்கோ இருப்பதைப்போல் தெரிகிறது. யாரோ என்னவோ பேசிக்கொண்டு இருக்கிறார்கள்.

மனம் இறுக்கம் கொள்கிறது. தலை விண்விண் என்று தெறிக்கிறது. மறுபடி கண்களை மூடிக்கொள்கிறேன். அலுப்பும் சலிப்பும் உள்ளே அடர்ந்து நிரம்புகின்றன. வேறு எண்ணமோ உணர்ச்சிகளோ இல்லாமல் போகிறது. எழுந்து வெளியே போய்விட வேண்டும் என்ற எண்ணம்கூட விட்டுப்போய் விடுகிறது. அலுப்பையும் சலிப்பையும் எதிர்த்துப் போராடிக் கொண்டிருந்த மனம் அதையும் விட்டுவிடுகிறது. முழுவதும் அலுப்பும் சலிப்பும் தடையேதுமின்றிப் பரவி நிறைகிறது மனவெளி. இறுக்கமடைகிறது. தீவிரமடைகிறது. கண்கள் மூடியே இருக்கின்றன.

சில கணங்கள் கழிகின்றன. மனவெளியின் மையத்தில் குவிந்திருந்த இறுக்கம் திடீரென்று விடுபடுகிறது. மையத்திலிருந்து அமைதி தோன்றி விரிகிறது. கண்களைத் திறக்கிறேன். அலுப்பும் சலிப்பும் அமைதியின் சக்தியாய் குணம் மாறி விரிகின்றன. தேக்குமரச் சுவர்கள் மீது பட்டுப் பிரதிபலிக்கும் குழல் விளக்கொளியின் பிரகாசம் கூடமெங்கும் மெல்லிய அதிர்வுகளாய்ப் பரவித் தீவிரம் கொள்கிறது. கூடத்தின் வெளி முழுவதும் ஒளி நிறைகிறது. ஆழமான நிச்சலனமான அமைதி கூடத்தையும் அதில் அமர்ந்திருப்பவர்களையும் நிறைத்துக் கடந்து எல்லையற்று விரிகிறது.

ஒரு கற்பித அனுபவம். மாலை நேரம். கூடு திரும்பும் மாலைப் பறவைகளின் ஓசைகள், சூழ்ந்திருக்கும் நிசப்தத்தின் வெளியில் எழுந்து எழுந்து அடங்குகின்றன. ஊருக்கு வெளியே ஓடும் வாய்க்காலின் மேல் இருக்கும் மதகின் மேல் உட்கார்ந்திருக்கிறேன். சுற்றிலும் யாரும் இல்லை. கண்ணுக்கெட்டிய தூரம் வரையில் வயல்வெளிகளும் அவற்றின் பின்னால் குன்றுகளும் தெரிகின்றன. வானத்தில் அங்கங்கே மேகங்கள் மிதந்து செல்கின்றன.

வெள்ளை வெளேரென்று மிகப் பெரியதொரு அன்னப் பறவை வானில் மெல்லப் பறந்து வருகிறது. என் அருகில் வந்து தன் கால்களால் என்னைத் தூக்கிக் கொள்கிறது. நான் அதன் கழுத்தை மெல்லக் கட்டிப் பிடித்துக்கொள்கிறேன். அதன் மென்மையில் முகத்தைப் புதைத்துக் கொள்கிறேன். மெல்லியதொரு நறுமணம் அன்னப் பறவையின் உடலில் இருந்து வருகிறது. மேலே மேலே என்னைத் தூக்கிக்கொண்டு அது பறந்து செல்கிறது. மிக உயரத்தில் அது பறந்துகொண்டிருக்கிறது. மேகங்களுக்கிடையில் அது பறந்து செல்லும்போது உடல் குளிர்கிறது. கண்களை மூடிக்கொள்கிறேன்.

நேரம் போவது தெரியவில்லை. அது பற்றி அக்கறையு மில்லை. வெகுநேரம் ஆன பின்பு பறவையிடமிருந்து வரும் வாசனையில் ஏதோ மாற்றம் தெரிகிறது. இப்போது அது நறுமணமாக இல்லை. லேசான துர்நாற்றம் பரவுகிறது. கண்களைத் திறந்து பார்க்கிறேன். கழுத்தைக் கட்டிக்கொண்டே தலையைத் திருப்பிப் பார்க்கிறேன். என்னைப் பிடித்துக்கொண்டு பறப்பது அன்னப் பறவை இல்லை. கால்களில் கூரிய நகங்களுடன் அரக்கு நிறத்தில் ஏதோ ஒரு பெரிய பறவை. நான் அசைவதை உணர்ந்த அது தன் கழுத்தை வளைத்து என்னைப் பார்க்கிறது. அதன் அலகு கூர்மையாக வளைந்து இருக்கிறது. கண்களில் கொடூரம் மின்னுகிறது. என்னைப் பிடித்திருக்கும் அதன் கால்நகங்கள் என் உடலில் பதிகின்றன. ரத்தம் கசிகிறது.

ஓவென்று அலறுகிறேன். கை கால்களை உதைத்துக் கொண்டு உடலைத் திமிறுகிறேன். கொடூரப் பறவையின் பிடி இறுகுகிறது. பீதி மனம் முழுவதும் பரவுகிறது. வலியிலும் பீதியிலும் உடல் துடிக்கிறது. எப்படி அன்னப் பறவை இந்தக் கொடூரப் பறவை ஆயிற்று? அதுவே இப்படி மாறிவிட்டதா? அல்லது நான் கண்களை மூடி சுகமாக லயித்திருக்கும்போது இந்தப் பறவை அன்னத்திடமிருந்து என்னைப் பறித்துக்கொண்டு விட்டதா?

இப்போது எப்படி இதனிடம் இருந்து தப்புவது? இது என்னை என்ன செய்யும்? இப்போது இது என்னை விட்டுவிட்டால் கீழே விழுந்து எலும்பு நொறுங்கிச் சாக வேண்டியதுதான். என்ன தான் செய்வது? ஒன்றும் புரியவில்லை. இது என்னை எங்கேயாவது தூக்கிக்கொண்டு போய்ச் சித்திரவதை செய்து உயிரோடு கொஞ்சம் கொஞ்சமாகச் சாப்பிடுமா?

இல்லை. கீழே விழுந்து எலும்புகள் சுக்குநூறாக உடைந்து செத்தாலும் பரவாயில்லை. இந்தக் கொடூரப் பறவையிடம் இருந்து விடுபட்டாக வேண்டும். அதன் கால்களை இறுக்கப் பிடிக்கிறேன். என் உடலில் அதன் பிடிப்பும் இறுகுகிறது. நான் அதன் கால்களை வன்மையாக வளைக்கிறேன். வினோதமான ஒரு அலறலுடன் அது கழுத்தை வளைத்துத் தன் கூரிய வளைந்த அலகால் என் முகத்தைக் கொத்த முயற்சிக்கிறது. நான் என் முகத்தை முடிந்த வரைக்கும் தள்ளி வைத்துக்கொள்கிறேன். அதன் வாயிலிருந்து தாங்க முடியாத துர்நாற்றம் வீசுகிறது.

அதன் கால்களை ஒடித்து விட முயல்கிறேன். அதன் கூரிய நகங்கள் என் விலாப்புறத்தில் அழுந்துகின்றன. ரத்தம் பீறிடுகிறது. வலி சுரீரென்று உறைக்கிறது. நான் இன்னும் வலுவாக அதன் கால்களை வளைக்கிறேன். இன்னும் கொஞ்சம் வளைத்தால்

நிச்சயமாக ஒடிந்துவிடும். வளைக்கிறேன். அது வீறிட்டு அலறுகிறது. தன் பிடியை விட்டு விடுகிறது.

கீழே விழுகிறேன். விழுந்துகொண்டே இருக்கிறேன். கொடூரப் பறவையிடம் இருந்து விடுபட்டாயிற்று. காற்று வீசுகிறது. உடல் சுழன்று சுழன்று விழுகிறது. தரை வெகு தூரத்தில் தெரிகிறது. தரையில் மோதிச் சிதறுவதற்கு இன்னும் எவ்வளவு நேரம் ஆகும்? எவ்வளவு நேரம் இப்படி விழுந்துகொண்டே இருக்கப் போகிறேன்? தரை இன்னும் இன்னும் அருகில் வந்துகொண்டே இருக்கிறது. காற்றின் வேகம் கூடுகிறது. உடையையும் உடலையும் தேய்த்துக்கொண்டு காற்று வீசுகிறது. கீழே விழுந்துகொண்டே இருக்கிறேன். பயம் பற்றிக் கொள்கிறது.

தரை இன்னும் அருகில் தெரிகிறது. வெகு வேகமாக அருகில் வந்துகொண்டிருக்கிறது. இதோ இதோ வருகிறது. பார்வை வெளியில் அகன்று விரிந்து சுற்றிலும் வான விளிம்புடன் தெரிந்த பூமிப்பரப்பு, இப்போது இன்னும் அருகில் வர வர, விரிவு இழந்து விவரங்கள் தெளிந்து தெரிகிறது. நான் விழுந்துகொண்டிருக்கும் திசைக்கு நேர் கீழே தரையில் புதர்கள் அங்கங்கே மண்டிக் கிடக்கும் பெரிய மணல் மேடு ஒன்று தெரிகிறது. உடலிலும் மனத்திலும் பயத்தின் பதற்றம் மேலிடுகிறது. வேகமாக அந்த மணல்மேடு என்னை நோக்கி வந்துகொண்டிருக்கிறது. இன்னும் சில கணங்கள்தான்.

இப்போது திடீரென்று அன்னப் பறவையின் நினைவு வருகிறது. எதற்கு அது என்னைத் தூக்கிச் சென்றது? அதற்கு என்ன ஆயிற்று? அது தூக்கிச் சென்ற போது ஏற்பட்ட சுகம் நினைவில் தெரிகிறது. ஒரு கணம் கண்களை மூடிக் கொள்கிறேன். அன்னப் பறவையின் மென்மையும் நறுமணமும் நினைவில் நிறைகின்றன. காற்றின் வேகம் குறைந்து தெரிகிறது. கண்களைத் திறக்கிறேன். தரையைப் பார்க்கிறேன். தரை என்னை நோக்கி வரும் வேகம் குறைந்து விட்டிருக்கிறது. எப்படி என்று தெரியவில்லை. நான் ஏதோ எடை குறைந்து விட்டிருப்பதைப் போல இருக்கிறது. எப்படி? என்ன ஆயிற்று? ஒரு வேளை மறுபடி அன்னப்பறவை என்னை ஏந்திக்கொண்டுவிட்டதா?

இல்லை. அப்படியெல்லாம் இல்லை. ஆனால் காரணம் ஏதும் இல்லாமல் நான் விழும் வேகம் மிகவும் குறைந்து விட்டிருக்கிறது. இன்னும் குறைந்துகொண்டே வருகிறது. விழுவது நின்று போய் இப்போது மெல்லிய இறகு காற்றில் மிதந்து வருவதைப் போல் மெதுவாக இறங்கிக்கொண்டு வருகிறேன். மெல்ல மெல்ல மிதந்து மிதந்து இறங்கி தரையில் மணல் மேட்டின் மேல் படிகிறேன்.

நான் காணாமல் போகும் கதை

நண்பரின் ஊருக்குச் செல்கிறேன். போய்ச் சேர்ந்து சற்று ஓய்வெடுத்துவிட்டு, காலையிலிருந்து மதியம் வரை ஏதேதோ பேசிக்கொண்டிருந்துவிட்டு மூன்று மணிக்கு மேல் கிளம்பி வெளியே போகிறோம்.

அது ஒரு சிறிய ஊர். ஊரின் எல்லைக்கு வெளியே சிறிய குன்று. அதன் உச்சியில் ஒரு கோவில். குன்றின் சரிவில் பாறைகளாலான ஒரு குகைவாயில். தூரத்தில் இருந்து பார்க்கும்போது வாயைத் திறந்து வைத்திருக்கும் சிங்கத்தின் முகம்போல் உருவம் கொண்டிருக்கிறது. குகைக்குள் பத்தடி தூரம் மட்டுமே செல்ல முடியும். அதன் பின் பாறைகள் விழுந்து வழியை மறைத்திருக்கின்றன. பல நூற்றாண்டுகளுக்கு முன்னால் அந்தப் பகுதியில் ஜைன முனிவர்கள் பலர் இருந்து தவம் செய்ததாக ஒரு செய்தி உண்டு என்று நண்பர் சொல்கிறார். அந்தக் குகைக்குள் ஊர்ந்து சென்றால் உள்ளே ஒரு சிறிய இடம் இருப்பதாகவும் அங்குதான் ஜைன முனிவர்கள் தவம் செய்ததாகவும் சொல்கிறார். வேறொரு நண்பர் தன் சிறு வயதில் குகைக்கு உள்ளே சென்று பார்த்திருப்பதாகவும் அப்போது இதுபோல் பாறைகள் வழியை மறைத்திருக்கவில்லை என்றும் இவர் கூறுகிறார்.

குன்றின் உச்சியில் இருந்து சற்றுக் கீழிறங்கி குகைக்கு மேலே உள்ள பாறைகளின் மேல் போய் நிற்கிறோம். பாறைகளின் அமைப்பு மேடைபோல் அமைந்திருக்கிறது. மேடை மேல் அமர்கிறோம். கீழே தூரத்தில் வெளியூர் செல்லும் நெடுஞ்சாலை தெரிகிறது. பஸ்களும் இதர வண்டிகளும் மெல்ல ஊர்ந்து சென்று கொண்டிருக்கின்றன. சாலையோரத்தில் மனித நடமாட்டம் எறும்புகள் ஊர்வதுபோல் தெரிகிறது. வலதுபுறம் ஒரு பள்ளிக்கூடத்தின் கட்டடம் சாம்பல் வண்ணத்தில் இருக்கிறது. அடுத்து பள்ளியின் விளையாட்டு மைதானம். வெளிர் செம்மண் நிறம். அதைத் தாண்டிப் பளீரென்ற பச்சை நிறத்தில் வயல் வெளிகாட்சி தருகிறது. அடுத்துள்ள வயல்வெளிகள் பச்சை நிறத்தின் வெவ்வேறு சாயல்களைக் காட்டுகின்றன. நடுநடுவே பயிரிடப்படாத நிலங்கள். செம்மண் நிறத்திலிருந்து களிமண் நிறம் வரையில் பல வண்ணச் சாயல்கள். பலவிதமான வெளிக்கோட்டுருவங்கள். ஒரு மாபெரும் வண்ணச் சித்திரம் போலக் காட்சியளிக்கிறது.

இடது புறத்தில் இன்னும் சில குன்றுகள் அங்கங்கே நிலைகொண்டிருக்கின்றன. தூரத்தில் தொடுவானக் கோட்டில் வட்டமான கிண்ணம் ஒன்றைக் கவிழ்த்து வைத்தாற்போல் குன்று ஒன்றின் புகை படிந்த தோற்றம் தெரிகிறது. மலைமேல் தொடர்ந்து காற்று வீசிக்கொண்டேயிருக்கிறது. தலைமுடியும் உடைகளும்

படபடத்துக்கொண்டே இருக்கின்றன. அது அந்தப் பிரதேசத்தின் குணாதிசயம். தொலைவில் ஒரு கணவாய் அமைந்து, அதனால் எந்நேரமும் காற்று வீசிக்கொண்டே இருப்பது அந்த நிலவெளியின் நிரந்தரமான அம்சம்.

விரிந்திருக்கும் காட்சிப் புலத்தின் விசாலத்திலும், மலையின் நிசப்தத்திலும் அமைதிகொண்ட தன்னுணர்வு மனத்தின் ஆழங்களில் இறங்கி சஞ்சரிக்கிறது. சற்றுநேரம் மௌனமாக அமர்ந்திருக்கிறோம். எதிரே மேற்குப்புற வானில் சூரியன் கண்களைக் கூசுகிறது. குகை மேல் இருக்கும் கல் மேடையிலிருந்து எழுந்து சற்று மேலே இருக்கும் மலையுச்சியை ஏறி அடைகிறோம்.

கோவில் தெரிகிறது. சிறிய கோவில். கோவிலின் கிழக்குச் சுவரருகில் நிழல் பரவியிருக்கிறது. உட்காருகிறோம். மெல்லப் பேச்சு தொடங்குகிறது. எங்கெங்கோ போகிறது. வாழ்வெளியின் அகமும் புறமும் விவரமாக, நுட்பமாக, ஆழமாகப் பரிசீலிக்கப் படுகின்றன. பேச்சின் தன்மையிலும் ஓட்டத்திலும், ஏற்றமும் இறக்கமும் காணப்படுகின்றன. அவ்வப்போது மௌனமும். நான் அருகில் இருக்கும் பாறை ஒன்றின் மேல் சாய்ந்து கொள்கிறேன். இப்போது கண்களில் வானம் புலப்படுகிறது. கருடன் ஒன்று மேலே வானத்தின் ஆழத்தில் மெல்ல மிதந்து கொண்டிருக்கிறது. காற்று வெளியின் மேடுகளிலும் சரிவுகளிலும் ஏறியும் சரிந்தும் நிச்சலனமாக, குறிக்கோளும் திசையுமற்று அது மிதந்துகொண்டிருக்கிறது.

பேச்சு தொடர்கிறது. பார்வை அவ்வப்போது வானத்தின் மேல் படர்கிறது. கருடன் மிதந்துகொண்டிருக்கிறது. பழுப்பு உடலும், சிறகின் அரக்கு நிறமும், கழுத்தின் வெண்மையும் பார்வையை ஈர்த்துக்கொள்கின்றன. பேச்சு ஒருபுறம் நடந்து கொண்டிருக்கிறது. பார்வை மட்டும் கருடன்மேல் பதிந்திருக்கிறது. கவனம் பேச்சுக்கும் கருடனுக்கும் இடையில் மாறி மாறிப் பாய்ந்துகொண்டிருக்கிறது. கருடனின் நகர்வில் ஒரு மாற்றம் தெரிகிறது. குறிக்கோளின்றி, திசையின்றிப் பறந்துகொண்டிருந்த கருடன், வானில் இப்போது வட்டமாகச் சுற்றத் தொடங்கி இருக்கிறது. பெரிய வட்டம். நண்பர் தீவிரமாகப் பேசிக்கொண்டே இருக்கிறார். கவனம் சற்று நேரம் நண்பரின் பேச்சில் பதிந்திருக்கிறது. மறுபடி கவனம் கருடன்மேல் திரும்பும்போது கருடனின் வட்டம் லேசாகச் சுருங்கியும், உயரம் தாழ்ந்தும் தெரிகிறது.

நண்பரின் ஏதோ ஒரு கேள்விக்கு நான் பதில் சொல்கிறேன். சிலநிமிடம் கழித்து வானத்தைப் பார்க்கும்போது கருடன் இன்னும் தாழப் பறந்துகொண்டிருக்கிறது. வட்டம் இன்னும்

சுருங்கியிருக்கிறது. மனத்தில் ஏதோ நெருடுகிறது. நண்பர் இதுவரை கருடனைப் பார்க்கவில்லை. பேச்சில் ஆழ்ந்திருக்கிறார். மனத்தின் நெருடலால் நான் ஒருகணம் அவர் பேச்சை சரியாகக் கவனிக்காமல் மேலே பார்த்துக்கொண்டிருக்கிறேன். அவர் 'என்ன' என்பதுபோல் என்னைப் பார்க்கிறார். நான் மேலே கருடனைக் காட்டுகிறேன்.

"அந்தக் கருடன் வட்டமாகப் பறந்து கொண்டிருக்கிற தில்லையா? அந்த வட்டம் சுருங்கிக்கொண்டே வருகிறது. அது பறக்கும் உயரமும் தாழ்ந்துகொண்டே வருகிறது," என்று அவரிடம் சொல்லுகிறேன். அவர் திரும்பி உட்கார்ந்துகொண்டு கருடனையே பார்க்கிறார். இப்போது இன்னொரு விஷயம் புலப்படுகிறது. கருடனின் வட்டம் எங்களை மையமாகக் கொண்டிருக்கிறது. நண்பரிடம் சொல்லுகிறேன்.

அவர் முகத்தில் ஒரு தீவிரம் பரவுகிறது. கருடனின் மேல் பதித்த பார்வையை விலக்காமல், "அது நம்மைத்தான் குறி வைத்திருக்கிறது," என்று சொல்லுகிறார். ஜிலீரென அடிவயிற்றிலிருந்து பயம் தலைக்கு ஏறுகிறது. உடம்பு ஒருகணம் உதறுகிறது. எழுந்துகொள்கிறேன். பார்வையைக் கொஞ்சமும் திருப்பாமலேயே "உட்காருங்கள்," என்று கையைப் பிடித்து உட்கார வைக்கிறார்.

"கோவிலுக்குள் போய்விடலாம்," என்று சொல்கிறேன். "இல்லை, கோவில் இப்போது மூடியிருக்கும்," என்கிறார். ஒளிந்துகொள்ளக் குன்றின் மேல் வேறு எந்த இடமும் இல்லை. கருடனின் வட்டம் இன்னும் சிறியதாகியிருக்கிறது. உயரமும் வெகுவாகக் குறைந்திருக்கிறது. அந்தச் சிறிய குன்றின்மேல் எங்களைத் தவிர வேறு யாருமில்லை.

கருடனின் பார்வையில் நாங்கள் எப்படித் தெரிவோம் என்று மனம் நினைத்துப் பார்க்கிறது. அதன் பார்வையில் நிலவெளி மிகவும் வித்தியாசமாகத் தெரிகிறது. பரந்து விரிந்திருக்கும் நிலவெளியின் மையத்தில் மேடாகத் தெரியும் குன்றின்மேல் சின்னஞ் சிறியதாகப் புலப்படும் இரண்டு மனித ஜீவன்கள் கருடனின் கூர்மையான பார்வையில் குறிப்பாகத் தெரிகின்றன. எங்கும் தப்பி ஓட முடியாது. அதன் ஆழமும் அகலமும் தெளிவும் கூர்மையும் கொண்ட பார்வையிலிருந்து எதுவும் யாரும் தப்பிக்க முடியாது. கருடனின் பார்வையில் உலகம் விரியத் திறந்து கிடக்கிறது.

வட்டத்தின் அளவும் உயரமும் இன்னும் குறைந்திருக்கிறது. ஒரு கணம் யோசித்துவிட்டு, "எழுந்து கொள்ளுங்கள்," என்கிறார் நண்பர். உடனே எழுந்துகொள்கிறேன். "இப்படி வாருங்கள்,"

என்று கோவில் சுவரை ஒட்டி நின்றுகொள்கிறார். நானும் அவரருகில் உடல் அழுந்த சுவருடன் சுவராக ஒட்டிக் கொண்டு நிற்கிறேன். அங்கிருந்து கருடன் பறப்பது தெரியவில்லை. எவ்வளவு தூரத்தில் அது இருக்கிறதோ என்ற பயம் மனத்தை அழுத்துகிறது. கண்ணுக்குத் தெரியாத அபாயம் மிகவும் சங்கடமானதாக இருக்கிறது. ஆனால் அடுத்த கணம், 'நம் கண்ணுக்கு அது தெரியவில்லை என்றால் அதன் கண்ணுக்கும் நாம் தெரியமாட்டோம் இல்லையா?' என்று தோன்ற, மனம் சற்று சமாதானமாகிறது.

நண்பரைப் பார்க்கிறேன். அவர் முகத்தில் இறுக்கம் சற்றும் குறையவில்லை. ஏதோ பேசவேண்டும் என்று தோன்றுகிறது. ஆனால் அவர் முகத்தைப் பார்த்தால் ஒன்றும் பேசத் தோன்ற வில்லை. சங்கடமான மௌனம் மனத்தை இறுக்குகிறது. ஏறக்குறைய பத்து நிமிடம் கழித்து நண்பர் என் பக்கம் திரும்பிப் பார்க்கிறார். நிமிர்ந்து மேலே பார்க்கிறார். இரண்டடி தள்ளி நின்று வானத்தைப் பார்க்கிறார். முகத்தில் இறுக்கம் தளர்கிறது. என்னைவரச்சொல்லித் தலையசைக்கிறார். நான் சற்று முன்னே வந்து வானத்தைப் பார்க்கிறேன். கருடன் எங்கும் கண்ணுக்குத் தெரியவில்லை. நண்பர் தொலைவில் சுட்டிக் காட்டுகிறார். ஒரு புள்ளியைப்போல் கருடன் திசையற்று நிச்சலனமாக மிதந்து கொண்டிருக்கிறது. "இங்கிருந்து முதலில் போய்விடுவோம்," என்கிறார் நண்பர்.

மலையுச்சியில் இருந்து இறங்கத் தொடங்குகிறோம். சில அடி இறங்கியதும் நின்று திரும்பிப் பார்க்கிறேன். வானத்தின் ஆழத்தில் காற்றின் அலைகளின் மேல் கருடன் மிதந்துகொண்டிருக்கும் அழகில் மெய்மறந்து நிற்கிறேன். சிலகணங்கள் கழித்து நண்பர் மெதுவாக என்னைத் தொடுகிறார். மெல்லக் கீழே இறங்குகிறோம்.

கனவுக்குள் கனவு வருகிறது ஒரு முறை. கனவில் எதையோ தேடிக்கொண்டிருக்கிறேன். ஒரு பெரிய வளாகத்தில் நடந்து வந்துகொண்டிருக்கிறேன். திறந்தவெளி. தள்ளித்தள்ளி அங்கங்கே பெரிய கட்டடங்கள். கட்டடங்களுக்கிடையே நிறைய இடைவெளி. ஒவ்வொரு கட்டடத்தையும் சுற்றி அழகாக வெட்டிவிடப்பட்ட புல்வெளி. கட்டடங்களுக்கு இடையே நேராக இல்லாமல் வளைந்து நெளிந்து செல்லும் நடைபாதை. கட்டடங்கள் மிகப் பழையவை. நேர்த்தியான வேலைப்பாட்டுடன் வேறொரு காலத்தைச் சார்ந்த கட்டடக் கலையின் வெளிப்பாடாக இருக்கின்றன. உயரமான, அகலமான தூண்கள். வளாகத்தில் நிறைய மரங்கள். பெரிய பெரிய மரங்கள். விதவிதமான மரங்கள். பல ஆண்டுகளாக வளர்ந்து வரும் மரங்கள்.

விசாலமான அந்த இடம் நகரத்தின் மையத்தில் இருக்கிறது. ஆனாலும் நகரம் நகர்ந்துசெல்லும் காலத்தில் இல்லாமல், அதற்குச் சற்றும் தொடர்பின்றி வேறொரு காலவெளியில் நிலைத்திருப்பதைப்போல் இருக்கிறது. அந்த வளாகத்தில் மிகவும் வித்தியாசமான ஒரு வெளிச்சம் நிறைந்து நிற்கிறது. மெல்ல ஓடிக்கொண்டிருப்பதான தன்மையுடன் தரையிலும், கட்டடங்களின் மேலும், மரங்களின் மீதும், புல்வெளியின் மேலும் அந்த வெளிச்சம் தெரிகிறது.

சில கட்டடங்கள் ஒரு அருங்காட்சியகத்தின் பல கிளைகளைக் கொண்டிருக்கின்றன. மூன்று கட்டடங்கள் கலைப்பொருள்களின் காட்சியகமாக இருக்கின்றன. புராதனக் கலைப்பொருட்களிலிருந்து இக்காலத்திய கலை ஆக்கங்கள் வரை பலவிதமான சிற்பங்கள், ஓவியங்கள், நுண்கலைப் பொருட்கள் அங்கு நிறைந்திருக்கின்றன. கடைசியாக இன்னும் இரண்டு கட்டடங்கள். மிகப் பழையதொரு நூலகம். மிகப் பழங்காலத்திலிருந்து தொடங்கி இன்றையது வரையிலுமான பல்லாயிரக்கணக்கான புத்தகங்கள். இன்னும் சேர்ந்துகொண்டே இருக்கின்றன.

பல நாட்களாக அங்கு அலைந்துகொண்டிருக்கிறேன். முதலில் கொஞ்ச நாட்கள் அருங்காட்சியகத்தில். பிறகு கொஞ்ச நாட்களாக அருங்காட்சியகக் கட்டடங்களை விட்டுவிட்டுக் கலைப் பொருட்காட்சியகக் கட்டடங்களில். ஒவ்வொரு பொருளையும் நுட்பமாகப் பார்க்கிறேன். நான் பார்ப்பது அந்தப் பொருட்களை அல்ல. ஒவ்வொரு பொருளிலும் வேறு எதையோ தேடிக்கொண்டிருக்கிறேன். இன்னும் அது கிடைக்கவில்லை.

இப்போது நூலகக் கட்டடங்களில் அலைகிறேன். நூலகத்தில் ஒவ்வொரு பிரிவாக, ஒவ்வொரு புத்தகமாகப் பிரித்துப் பிரித்துப் பக்கம் பக்கமாகப் பார்த்துக்கொண்டே இருக்கிறேன். எந்தப் பிரிவையும் விட்டு வைக்கவில்லை. எந்தப் புத்தகத்தையும் விட்டு வைக்கவில்லை. இரண்டு கட்டடத்திலும்.

எதற்காக இப்படி அலைகிறேன்? என்ன தேடுகிறேன்? மனத்தைப் பிடித்து ஒரு கேள்வி வாட்டிக்கொண்டிருக்கிறது. எதிர்பாராத கணங்களில் திடீர் திடீரென்று பின்னாலிருந்து வந்து மனத்தை இறுக்கப் பிடித்துக் கவ்விக்கொள்கிறது. இழுத்துச் சென்று மனவெளியில் எங்கோ ஒரு மூலையில் இருக்கும் மிகப் பெரியதொரு நீர்த்தேக்கத்தில் முக்கி முக்கி எடுத்து மூச்சுத் திணற வைக்கிறது. பதில்தான் கிடைக்கவில்லை.

தூக்கமே வராமல் தொடர்ந்து தவிக்கும் இரவுகளில் ஒருநாள் உடல் அயர்ச்சி மீறித் தூங்கும்போது கனவு ஒன்று வருகிறது.

அதாவது நூலக வளாகக் கனவின் உலகத்தில் தூங்கும்போது கனவு வருகிறது.

நிஜ வாழ்க்கையிலும் கேள்விகள் துரத்துகின்றன. துன்புறுத்து கின்றன. அலைக்கழிக்கின்றன. அங்கும் உடல் அயர்ச்சி மிகுந்து தான் அவ்வப்போது சற்றுநேரம் கண்ணயர்கிறேன். அவ்வாறான ஒரு தூக்கத்தின் போதுதான் நூலகக் கனவு வருகிறது. அந்தக் கனவினுள்ளும் இதேபோல் துரத்தும் கேள்விகள். அங்கும் எப்போதாவது தூங்கும்போது கனவுகள்!

சிறிதும் பெரிதுமாக, குறுக்கும் நெடுக்கும், சேர்ந்தும் பிரிந்தும் செல்லும் சாலைகளும் தெருக்களும் சிறு சந்துகளும் நிறைந்திருக்கும் ஏதோ ஒரு இடத்தில் நான் நடந்து போய்க் கொண்டிருக்கிறேன். வெளிச்சம் சற்றுக் குறைவாகத்தான் இருக்கிறது. ஒரு சிறு தெருவின் மூலையில் நான் சென்று திரும்பும்போது, அங்கு நின்றிருந்த ஒருவர் என் கையைப் பிடித்து இழுத்துத் தெருவோரமாக நிற்க வைக்கிறார். என் தோளின் மேல் கையை வைத்துச் சொல்கிறார்: "பெரிய நூலக வளாகத்தின் உள்ளே உன் கேள்விக்கான விடை இருக்கிறது. போய்ப் பார்."

திடுக்கிட்டு விழித்துக் கொள்கிறேன். அன்றிலிருந்துதான் இப்படி அந்த வளாகத்தில் அலைந்துகொண்டிருக்கிறேன். கேள்விக்கான பதிலைத் தேடிக்கொண்டிருக்கிறேன். இன்னும் கிடைக்கவில்லை. எங்கே, எந்த இடத்தில் என் கேள்விக்கான பதில் ஒளிந்துகொண்டிருக்கிறது?

தேடித் தேடி உடலும் உள்ளமும் சோர்ந்துபோகின்றன. ஆனால் கேள்வி என்னை விடாமல் துரத்துகிறது. சோர்வை மீறி அலைந்துகொண்டிருக்கிறேன். ஒவ்வொரு புத்தகமாக, கவனமாகப் பிரித்துப் பார்த்துக்கொண்டிருக்கிறேன். அவ்வப் போது மரத்தடியில் சற்று ஓய்வெடுத்துக்கொண்டு மாலை வேளை வரை தேடுகிறேன். மறுபடி மறுநாள் வருகிறேன். தேடுதல் தொடர்கிறது. எந்தப் புத்தகத்தில் என் கேள்விக்கு விடை இருக்கிறது? அல்லது எந்தப் புத்தகத்திலுமே இல்லையா? பின் வேறெங்கு இருக்கிறது?

ஒரு நூலகக் கட்டடம் முழுவதும் தேடி முடித்தாகி விட்டது. அடுத்த கட்டடத்திலும் முக்கால்வாசி தேடியாகி விட்டது. இன்னும் மூன்று பிரிவுகள்தான் மிச்சமிருக்கின்றன. அவற்றிலும் கிடைக்காவிட்டால்? வெறும் கனவு ஒன்றை நம்பிக்கொண்டு இப்படி மாதக் கணக்கில் நேரத்தைச் செலவழித்துக்கொண்டு அலைந்துகொண்டிருப்பதில் என்ன உபயோகம்? இது சற்றும் பைத்தியக்காரத்தனமாகப் பட

வில்லையா என்று மனம் புழுங்குகிறது. ஆனால் கேள்வி விடவில்லை. மனத்தின் எண்ணங்களைப் பற்றியும் உணர்ச்சிகளைப் பற்றியும் சிறிதும் கவலைப்படாமல் என்னைத் துரத்திக்கொண்டிருக்கிறது.

அன்று காலை மறுபடியும் வளாகத்தினுள் நுழைகிறேன். எப்போதையும் விட சற்று சீக்கிரமாகப் போய்விடுகிறேன். அமைதியாக இருக்கிறது. மனித நடமாட்டம் அதிகம் இல்லை. அங்கங்கே ஓரிருவர் மெதுவாகப் போய்க்கொண்டிருக்கிறார்கள். வெளிச்சம் மெல்ல ஓடிக்கொண்டிருக்கிறது. காலை வேளையின் புத்துணர்வு ஓரளவுக்கு உடலிலும் உள்ளத்திலும் கலந்திருந்தாலும் எதிர்பார்ப்புக்கும் நம்பிக்கையின்மைக்கும் இடையில் ஓய்வில்லாது அலைப்புறும் அவதி அலுப்பையும் சோர்வையும் நிரந்தரமானவையாக ஆக்கிவிட்டிருக்கிறது.

புல்வெளியின் பச்சை கண்ணுக்கும் மனத்துக்கும் சற்று ஆறுதலாக இருக்கிறது. மெதுவாக நடந்து போய்க் கொண்டிருக்கிறேன். எதிரே நண்பன் ஒருவன் எதேச்சையாக வருகிறான். "என்ன சௌக்கியமா? பார்த்து ரொம்ப நாளாச்சு. நாலஞ்சு மாசம் இருக்குமா? கடைசியாக எப்போ பார்த்தோம்? அட, இங்கேயேதான் பார்த்தோம். என்ன அதிசயம் பார்த்தியா? அஞ்சு மாசம் கழிச்சு இதே இடத்துலே மறுபடியும் ஒருத்தரை ஒருத்தர் பார்த்துக்கறது அதிசயமாக இல்லையா?" என்று கேட்கிறான்.

"ஆமாம்," என்று தலையசைக்கிறேன். இந்த நான்கைந்து மாதங்களில் என்றைக்கு வந்திருந்தாலும் இந்த 'அதிசயம்' நடந்திருக்கும் என்று லேசான வேதனையுடன் மனத்தினுள் சொல்லிக்கொள்கிறேன். சில நிமிடங்கள் பேசிக்கொண்டிருந்து விட்டு அவன் போய்விடுகிறான். நூலகக் கட்டடத்தை நோக்கி நடக்கிறேன்.

கட்டடத்தின் வெளியில் நீள்சதுர வடிவில் அமைக்கப்பட்ட புல்வெளி இருக்கிறது. நீள்சதுரத்தின் நடுவில் பெரியதொரு வட்டமாக கான்கிரீட் தளம் பாவியிருக்கிறது. அதன் மையத்தில் வட்டமான நீரூற்று ஒன்று, இருக்கிறது. ஆண் குழந்தை ஒன்று பிறந்த மேனியாக ஒற்றைக்காலைத் தரையில் பதித்தபடி நின்று கொண்டு இருக்கும் சிலை ஒன்று, அடுத்த கணம் தரையிலிருந்து கிளம்பி மேலே பறந்துவிடுவது போன்ற பாவத்துடன் நின்று கொண்டு இருக்கிறது. மேல் நோக்கி நீட்டிய கையில் ஒரு பெரிய தாமரைப் பூவை வைத்துக்கொண்டிருக்கிறது. பூவின் நடுவிலிருந்து நீர் ஊற்றாக வந்துகொண்டிருக்கிறது.

நூலகத்தினுள் நுழைவதற்கு முன்னால் அன்றென்னவோ நீள்சதுரமான புல்வெளியைச் சுற்றிப் பார்க்க வேண்டும் என்று

தோன்றுகிறது. புல்வெளியைச் சுற்றிலும் ஐந்தடி அகலத்திற்கு கான்கிரீட் நடைபாதை இருக்கிறது. நடைபாதைக்கு வெளியே மூன்று அடி உயரத்திற்குச் சுற்றுச் சுவர் இருக்கிறது. கான்கிரீட் நடைபாதையில் நடந்து கட்டடத்தைச் சுற்றி வருகிறேன். கட்டடத்தின் பின்புறம் நிசப்தமாக இருக்கிறது. ஒரு பெரிய வேப்ப மரமும் அருகில் ஒரு பாறையும் இருக்கின்றன. பாறைமேல் போய் உட்காருகிறேன். அமைதியாக இருக்கிறது. நான் உட்கார்ந்திருந்த பாறையிலிருந்துதான் அந்த நிசப்தம் பரவிக்கொண்டிருப்பதாகத் தோன்றுகிறது. உடலையும் மனத்தையும் ஆட்கொண்டிருந்த சோர்வும் வேதனையும் கொஞ்சம் கொஞ்சமாக வடிவதுபோல் தோன்றுகிறது. என் வேதனையையும் சோர்வையும் பாறை தனக்குள் வாங்கிக்கொண்டு விட்டதாகத் தோன்றுகிறது. உடலும் உள்ளமும் கனமிழந்து லேசாகி விட்டிருக்கின்றன.

சில கணங்கள் நிச்சலனமாக அமர்ந்திருக்கிறேன். பிறகு மெல்ல எழுந்து கட்டடத்தைச் சுற்றி வருகிறேன். மறுபடி கட்டடத்தின் முன்புறம் பார்வைவெளிக்குள் வருகிறது. நீள்சதுரப் புல்வெளியின் மையத்தில் கான்கிரீட் வட்டத்தினுள், மேலே பறந்து விடத் தயாராக நின்றுகொண்டிருக்கும் குழந்தை சிலையின் மேல்பார்வை படிகிறது. குழந்தையின் முகத்தில் கள்ளங்கபடமற்ற புன்னகையும், தரையிலிருந்து விடுபட்டுப் பறந்துவிடப் போகும் சந்தோஷமும் ஒருசேரத் தெரிகின்றன.

மனத்தில் மெல்லிய சந்தோஷமும் சிறு படபடப்பும் ஏற்படுகின்றன. கட்டடத்தினுள் நுழைகிறேன். மறுபடி எதிர்பார்ப்பும், ஏமாற்றத்தை எதிர்கொள்ளும் ஆயத்தமும் மனத்தை ஆட்கொள்கின்றன. ஆனாலும் வெளியே கிடைத்த அமைதியும் சிறு சந்தோஷமும் மனத்தின் பின்னணியில் லேசாக ஓடிக்கொண்டிருக்கின்றன.

வழக்கம்போல் என் வேலை தொடங்குகிறது ஒவ்வொரு புத்தகமாக வரிசையிலிருந்து எடுத்து, மேஜையில் உட்கார்ந்து கொண்டு பக்கம் பக்கமாக, வரி வரியாகப் பார்த்துப் படித்துக் கொண்டு வருகிறேன். மதிய நேரமாகிறது. வெளியேவந்து, எதிரே இருந்த உணவகத்தில் கொஞ்சமாக சிற்றுண்டி எடுத்துக்கொண்டு, கட்டடத்தின் பின்புறமிருந்த மரத்தடிக்கு வருகிறேன். காலையில் உட்கார்ந்திருந்த பாறையின் மேல் உட்காருகிறேன். பின்னணியில் மெல்ல ஓடிக்கொண்டிருந்த அமைதி மேலெழும்பி வருகிறது. வேப்பமரத்திலிருந்து இலைகள் உதிர்ந்த வண்ணம் இருக்கின்றன.

காற்று மெல்ல வீசுகிறது. வேப்பமரக் காற்று. குளுமையாக இருக்கிறது. மூச்சிழுக்கும்போது வேம்பின் மணம் கலந்து உள்ளே

நான் காணாமல் போகும் கதை

போகிறது. மனத்துக்கும் உடலுக்கும் ஆறுதலாக இருக்கிறது. பதினைந்து இருபது நிமிடங்கள் அமைதியாகக் கழிகின்றன. எழுந்து உள்ளே போகிறேன்.

மறுபடி தேடுதல் தொடர்கிறது. மாலை நான்கு மணிக்குள் நான்கு சிறிய புத்தகங்களும் மூன்று பெரிய புத்தகங்களும் பார்த்து முடித்தாகிவிட்டது. வெளியே போய் வளாகத்தில் உள்ள தேநீர் விடுதியில் ஒரு கோப்பை தேநீர் அருந்திவிட்டு மறுபடி நூலகத்தினுள் வருகிறேன்.

மீதமிருக்கும் பிரிவுகளைத் தேடி முடிக்க இன்னும் பத்துப் பதினைந்து நாட்கள் ஆகலாம். அதற்குள் தேடுவது கிடைக்க வில்லை என்றால்? வேறெங்கு தேடுவது? அருங்காட்சியகக் கட்டடங்களில் தேடியாகி விட்டது. கலைப்பொருள் காட்சியகத்தில் தேடி முடித்தாகிவிட்டது. நூலகக் கட்டடங் களில் தேடுவது முடியப் போகிறது. இங்கும் கிடைக்கவில்லை என்றால் வேறெங்கு தேடுவது என்று தெரியவில்லை. மரங்களில் தேடுவதா? மண்ணுக்குள் தேடுவதா? வளாகத்தில் உலவும் மனிதர்களின் மனங்களில் தேடுவதா?

நூலக அறைகளில் புத்தக அலமாரிகள் சுவரோரமாக வரிசையில் வைக்கப்பட்டிருக்கின்றன. அறையின் நடுவில் மேஜைகளும் நாற்காலிகளும் இருக்கின்றன. சுற்றிலும் மூன்று சுவர்களையும் ஒட்டி அலமாரிகளில் புத்தகங்கள் அடுக்கப்பட் டிருக்கின்றன. அறையின் வாசலுக்கு எதிர்ச் சுவரில் பெரிய அகலமான ஜன்னல் இருக்கிறது. அதன் வழியாக வெளியே வளாகத்தின் புல்வெளியும் மரங்களும் தெரிகின்றன. அறைக்குள்ளேயும் காற்றும் வெளிச்சமும் நிறைந்திருக்கின்றன.

பெரிய புத்தகம் ஒன்றை எடுத்துக்கொள்கிறேன். ஆறு மணிக்கு நூலகம் மூடுவதற்குள் இந்தப் புத்தகத்தைப் பார்த்து முடித்துவிடலாம். மேஜைக்கு வந்து புத்தகத்துடன் அமர்ந்து கொள்கிறேன். பிரித்துப் பார்க்கத் தொடங்குகிறேன். நேரம் போகிறது. பக்கங்கள் கடக்கின்றன. புத்தகம் முடிகிறது.

எழுந்துகொள்கிறேன். இன்னொரு நாள் கழிந்து போகிறது. குனிந்து கூர்ந்து பார்த்துக்கொண்டே இருந்ததில் கழுத்து வலிக்கிறது. கைகளால் கழுத்தைப் பிடித்துவிட்டுக்கொள்கிறேன். கைக்குட்டையை எடுத்து முகத்தை அழுந்தத் துடைத்துக் கொள்கிறேன். புத்தகத்தை எடுத்துக்கொண்டு எழுந்திருக்கிறேன். பெரிய புத்தகம். கனக்கிறது. இவ்வளவு பெரிய புத்தகத்தில் ஓரிரு மணி நேரத்துக்குள் என்ன பார்த்து விட முடியும்? மேலோட்டமாகக் கண்ணால் சொற்களைப் பார்த்தால் என்ன தெரிந்து விடும்? மனம் ஊன்றிப் படிப்பதென்றால் பல நாட்களாகி

விடும். இந்த நூலகத்தின் புத்தகங்கள் எல்லாவற்றையும் ஆழ்ந்து படித்து முடிப்பதென்றால் பல பிறவிகள் எடுத்தாக வேண்டும்.

நான் செய்து கொண்டிருப்பது சரியா? அறிவார்த்தமானதா? விலகிநின்று பார்த்தால் நான் செய்வது வடிகட்டின முட்டாள்தனம். எந்த நியாயத்திலும் இது அடங்காது.எனக்கும் தெரிகிறது. ஆனால் இந்தப் பகுத்தறிவை எல்லாம் கணக்கில் எடுத்துக்கொள்ளாமல், எனக்குள் என்னைத் தொடர்ந்து விரட்டிக்கொண்டிருக்கும் கண்ணுக்குத் தெரியாத இந்த உந்துசக்தியை மீறி என்னால் ஒன்றும் செய்ய முடியவில்லை. இதில் என்னுடைய முடிவு ஏதுமில்லை. என்னிடம் கேட்டு எதுவும் நடக்கவில்லை. நான் பின்னாலிருந்து இயக்கப்படுகிறேன். விரட்டப்படுகிறேன். ஓடிக்கொண்டிருக்கிறேன்.

மணி ஆறாகப் போகிறது. இப்போது ஒரு மணி நீண்டு ஒலிக்கும். நூலகத்தை மூடிவிடுவார்கள். புத்தகத்தை எடுத்த இடத்தில் வைத்துவிட வேண்டும். மேஜை மேலேயே வைத்து விடலாம். நூலகப் பணியாட்கள் கூட நன்கு பழக்கமாகி விட்டிருக்கிறார்கள். புத்தகங்களை மேஜை மேலேயே வைத்து விடும்படிதான் சொல்கிறார்கள். தாங்கள் எடுத்து வைத்துக் கொள்வதாகச் சொல்கிறார்கள்.

ஆனால் நான்தான் புத்தகங்களை எடுத்த இடத்திலேயே வைத்துவிடுவது என்று பிடிவாதமாக இருக்கிறேன். புத்தகங்களை மாற்றி மாற்றி வைத்துவிட்டால் பார்த்த புத்தகங்களே மீண்டும் கைக்குக் கிடைக்கும். சில சமயம் அது நான் பார்த்து முடித்த புத்தகம் என்பதுகூடத் தெரியாமல் மறுபடியும் பார்த்திருக்கிறேன். நூற்றுக்கணக்கான பிற வாசகர்கள் இடம் மாற்றி வைக்கக் கூடும். ஆனாலும் நானாவது எடுத்த இடத்திலேயே புத்தகங்களை வைத்துவிட்டால் குறைந்தபட்சம் என் காரணமாகவே நான் கஷ்டப்படுவது குறையுமல்லவா?

புத்தகத்தை எடுத்துக்கொண்டு அலமாரிக்குப் போகிறேன். தடித்த புத்தகம். அதை எடுத்த இடம் காலியாக இருக்கிறது. பின்னால் சுவர் தெரிகிறது. சுவரில் ஏதோ தெரிகிறது. வெளிச்சம் சற்று குறைவாக இருக்கிறது. உள்ளே ஆழத்தில் சிறு படபடப்பு துவங்குகிறது. ஒரு விறுவிறுப்பு உடல் முழுவதுமிருந்து தலைக்கு ஏறுகிறது. கைகால்களில் லேசான நடுக்கம் ஏற்படுகிறது. கையிலிருந்த புத்தகத்தைப் பக்கத்து அலமாரியில் வைத்துவிட்டு இன்னும் இரண்டு புத்தகங்களை வெளியே எடுத்து வைக்கிறேன். சுவரை நெருக்கமாகப் போய்ப் பார்க்கிறேன்.

சுவரில் பீங்கான் ஓடு ஒன்று பதித்திருக்கிறது. அதில் சில எழுத்துக்கள் தெரிகின்றன. இன்னும் கூர்ந்து பார்க்கிறேன். மிகவும்

பழைய தமிழ்ப்பாடல் ஒன்று அலங்காரமான எழுத்துக்களில் அந்தப் பீங்கான் ஓட்டில் பொறிக்கப்பட்டிருக்கிறது. அவசரமாகப் படிக்கிறேன். என்ன அர்த்தம் என்று தெரியவில்லை. இங்கே ஏன் இந்தப் பாடல் பீங்கான் ஓட்டில் பொறிக்கப்பட்டு சுவரில் பதிக்கப்பட்டு இருக்கிறது? நூலகம் வருவதற்கு முன்னால் இங்கே வேறு என்ன இருந்திருக்கும்?

அது பற்றி என்ன இப்போது? என்ன பாடல் இது? என்ன சொல்கிறது? ஆழமாக மூச்சை உள்ளிழுத்து விட்டு மறுபடி படிக்கிறேன். நிதானமாகப் படிக்கிறேன். புரிகிறது. புரியப் புரிய மெல்ல ஒரு தெளிவு மனத்தில் விரிகிறது. படித்து முடித்ததும் பளீரென்று தலைக்குள் வெளிச்சம் விரிந்து பரவுகிறது. பல மாதங்களாக உடலையும் மனத்தையும் ஓய்வின்றி விரட்டிக் கொண்டிருந்த கேள்வி இந்த வெளிச்சத்தில் கரைகிறது. உள்ளே மனம் எல்லைகள் கடந்து விரிகிறது. உடல் முழுவதும் ஆழமான ஆறுதல் இறங்கிப் படிகிறது. உடல் மெல்ல மிதந்து மிதந்து மெத்தென்ற ஏதோ ஒரு தளத்தின் மேல் இறங்குகிறது.

மெல்லத் தூக்கம் கலைந்து விழித்துக்கொள்கிறேன். கண் திறந்து பார்க்கிறேன். வீட்டில் கட்டிலில் படுத்துக்கொண் டிருக்கிறேன். உடலிலும் மனத்திலும் ஆறுதல் இன்னும் நிறைந்திருக்கிறது. கண்களை மூடிக்கொள்கிறேன். ஆழத்தில் கடினமாக இருந்த ஏதோ ஒன்று கரைந்து கரைந்து போகிறது. சில நிமிடங்கள் தூக்கத்தில் ஆழ்ந்து போகிறேன். பிறகு முழுமையாக விழித்துக்கொள்கிறேன்.

எழுந்து உட்கார்ந்துகொள்கிறேன். கனவு முழுவதும் நன்றாக நினைவில் இருக்கிறது. ஆனால் அந்தக் கேள்வி என்ன, நூலகச் சுவரில் பதித்திருந்த பீங்கான் ஓட்டில் அலங்கார எழுத்துக்களில் பொறிக்கப்பட்டிருந்த பாடல் என்ன என்று எவ்வளவுதான் நினைவைக் கசக்கிக் கொண்டாலும் ஞாபகத்துக்கு வரவேயில்லை.

கனவு முடிந்துவிட்டாலும் உடலிலும் மனத்திலும் சோர்வையும் அலுப்பையும் அவநம்பிக்கை தந்த வேதனையையும் முற்றிலும் ஆற்றிவிட்ட அந்த ஆறுதல் மட்டும் மெல்ல நிறைத்து ஓடிக்கொண்டிருக்கிறது.

புராண காலத்திலிருந்து பிரசித்தி பெற்ற குன்று அது. ஒரு கடவுளின் திருமணம் அங்குதான் சிறப்பாக நடந்திருக்கிறது. பெரிய நகரம் ஒன்றிலிருந்து ஐந்து கிலோமீட்டர் தொலைவில் இருக்கிறது. நண்பர்கள் இருவருடன் நான் அங்கு போகிறேன்.

நாங்கள் யாரும் அதுவரை அங்கு போனதில்லை. பஸ்ஸில் போகும்போது அதைக் கடந்து போனதுண்டு. அந்தக் குன்றையும் கோவிலையும் பார்க்கப் போகிறோம்.

மாலை நான்கு மணியளவில் குன்றின் மேல் ஏறத் தொடங்குகிறோம். நல்ல உயரமான குன்று. பாறையில் வெட்டப்பட்டிருக்கும் படிகளில் ஏறக்குறைய ஒரு மணி நேரம் ஏதேதோ பேசிக்கொண்டே ஏறிய பிறகு உச்சியை அடைகிறோம். உச்சியில் கோவில் இருப்பதான நினைப்பில் ஏறிப் பார்த்த பிறகு அங்கு கோவில் ஒன்றையும் காணவில்லை. சற்று தூரத்தில் சிறிய கட்டட அமைப்பு ஒன்று தெரிகிறது. அருகில் சென்று பார்க்கிறோம். அது ஒரு தர்கா. யாரோ ஒரு பெரியவரின் சமாதி. சிலர் உள்ளே சென்றுகொண்டிருக்கிறார்கள். "உள்ளே போய்ப் பார்க்கலாமா?" என்று நண்பர்களிடம் கேட்கிறேன். காலணிகளைக் கழற்றிவிட்டு உள்ளே போகிறோம்.

நீண்ட முக்கோண வடிவில் சமாதி இருக்கிறது. மேலே பளீரென்ற பச்சை நிறத்தில், ஜரிகை வேலைப்பாடுகள் செய்யப்பட்ட ஒரு வழவழப்பான துணி போர்த்தப்பட்டிருக் கிறது. மலர்கள் மாலைகளாகச் சார்த்தப்பட்டிருக்கின்றன. மலையுச்சியின் இயற்கையான அமைதியுடன் தர்காவினுள் ஒரு ஆழமான மென்மையும் கலந்திருக்கிறது. சில கணங்கள் கண்மூடி மௌனமாக நிற்கிறோம். பிறகு வெளியே வருகிறோம். கோவிலைப்பற்றி விசாரிக்கிறோம். அப்போதுதான் தெரிய வருகிறது, கோவில் மலையடிவாரத்தில் இருக்கிறது என்று.

மலையுச்சியில் இருந்து தெரியும் விரிந்து பரந்த நிலவெளிக் காட்சியில் சற்று நேரம் கலந்து கரைந்து இருந்துவிட்டுக் கீழே இறங்கத் தொடங்குகிறோம். பாதி தூரம் கீழே இறங்கிய பிறகு ஒரு இடத்தில் வலதுபுறம் ஒரு பாறை சிறிய திட்டுபோல் தெரிகிறது. அங்கிருந்து காட்சி விரிந்து அழகாகத் தெரிகிறது. "அங்கே கொஞ்சம் உட்கார்ந்துவிட்டுப் போகலாமே," என்கிறார் ஒரு நண்பர். படிகளைவிட்டுக் கீழே இறங்கி, பாறை இடுக்குகளில் தன்னிச்சையாக வளர்ந்திருக்கும் புதர்களைத் தாண்டி, பல சிறிய பாறைகளின் மேல்கவனமாகக் கால் வைத்துத் தாண்டி அந்தப் பெரிய பாறைத்திட்டை அடைகிறோம்.

மணி ஐந்தரை. பாறைத் திட்டிலிருந்து தூரத்தில் வீடுகளும் வாகனங்களும் பொம்மைகளைப்போல் சின்னஞ் சிறியவையாகத் தெரிகின்றன. பசுமையான மரங்கள் அடர்ந்து பூமியை மறைக்கின்றன. தரையில் இருந்து பார்க்கும்போது இவ்வளவு மரங்கள் இருப்பது தெரிவதே இல்லை. வீடுகளுக்கும் தெருக்களுக்கும் சாலைகளுக்கும் இடையே அங்கங்கே மரங்கள்

நான் காணாமல் போகும் கதை

இருப்பதாகத்தான் கீழேயிருந்து பார்க்கும்போது தெரிகிறது. ஆனால் இங்கே மலையிலிருந்து கிடைக்கும் காட்சியில் மரங்களுக்கு நடுவே வீடுகளும் தெருக்களும் சாலைகளும் இருப்பதாகப் படுகிறது. மலைக் காட்சியில் மனித உலகத்தின் விவரங்கள் அமிழ்ந்துபோய் மரங்களும் குன்றுகளும் வானமும் மேகங்களும் பூமித்திட்டுகளும் காற்றும் மனித ஜீவன்களும் சிறு விலங்குகளும் கொண்டதாக உலகம் தெரிகிறது. இயற்கை பிரதானம் கொள்கிறது.

பல்லாயிரக்கணக்கான மனித ஆண்டுகளுக்கு மௌன சாட்சியாக அந்தக் குன்று வீற்றிருக்கிறது. அரைமணி நேரம் பேசிக்கொண்டிருக்கிறோம். சூரிய அஸ்தமனத்தின் பீடிகையாக மேல் வானம் மஞ்சளாகிப் பின் சிவக்கத் தொடங்குகிறது. எழுந்திருக்கிறோம். ஐம்பதடி தூரத்தில் கீழே இறங்குவதற்கான படிகள் தெரிகின்றன. மறுபடி பாறைகளைத் தாண்டிப் போய்ப் படிகளை அடைந்தாக வேண்டும். ஓரிரண்டு பாறைகளைக் கடந்து பார்த்தால் வழி தெரியவில்லை. அடுத்த பாறைக்கும் நான் நிற்கும் பாறைக்கும் இடையே ஆறடி இடைவெளி இருக்கிறது. தாண்ட முடியாது. இந்த வழியாக நாங்கள் வரவில்லை. வேறொரு திசையில் சில பாறைகளைக் கடந்து போய்ப் பார்த்தால் அங்கு அடர்ந்த புதர் வழியை மறைத்து நிற்கிறது.

திரும்ப நாங்கள் உட்கார்ந்திருந்த பாறைக்கு வருகிறோம். நண்பர்களை அங்கேயே இருக்கச் சொல்லிவிட்டு நான் மட்டும் மற்றுமொரு திசையில் சென்று பார்க்கிறேன். வழி இருப்பதுபோல் தோன்றுகிறது. ஏழெட்டு பாறைகளைத் தாண்டிப் போகிறேன். மறுபடி தடை. அடுத்த பாறைக்கு முன்னால் பத்தடி இடைவெளி. நூறடி ஆழ இடைவெளி. தாண்ட முடியாது. வழியில்லை. கண்ணுக்கெதிரில் படிகள் தெரிகிறது. ஆனால் அடைய வழி தெரியவில்லை. வரும்போது பேச்சு சுவாரஸ்யத்தில் சரியாகப் பார்த்து வைத்துக்கொள்ளவில்லை. நண்பர்கள் இருவரும் ஒவ்வொரு திசையில் சென்று வழி தெரிகிறதா என்று பார்க்கிறார்கள். அவர்களாலும் கண்டுபிடிக்க முடியவில்லை.

மெல்ல இருட்டத் தொடங்குகிறது. லேசாக மனத்தில் ஒரு இறுக்கம் தோன்ற ஆரம்பிக்கிறது. "என்ன செய்வது?" என்று நண்பர்கள் கேட்கின்றனர். ஒன்றும் தோன்றவில்லை. ஆனால் 'எதற்கு பயப்பட வேண்டும்,' என்று ஒரு எண்ணம் தோன்றுகிறது. 'என்ன ஆகிவிடும்? இன்னும் இருட்டிப் போனால் வழி தெரியாது. இப்போது வெளிச்சம் இருக்கிறது. வழி தெரிகிறதா என்ன? முழுவதும் இருட்டிவிட்டால் என்ன ஆகும்? படியைக் கண்டு பிடிக்க முடியாது. அப்புறம்? அப்புறம் என்ன? இன்று இரவை இங்கேயே கழிக்க வேண்டியதுதான்.'

“என்ன செய்யலாம்?” என்று நண்பர்கள் மறுபடி கேட்கிறார்கள். “பார்ப்போம்,” என்கிறேன். எல்லாப் பக்கமும் சுற்றிலும் பார்க்கிறேன். திரும்பவும் ஒருமுறை முயன்று பார்க்கிறேன். வழி தெரியவில்லை. திரும்ப வருகிறேன். “வழி ஒன்றும் கிடைக்கவில்லை. இன்று இங்கேயே இருந்துவிட வேண்டியதுதான் போலிருக்கிறது,” என்கிறேன். நண்பர்கள் சில கணங்கள் மௌனமாக இருக்கிறார்கள். பிறகு அவர்கள் முகத்தில் மெல்லிய புன்னகை படர்கிறது. “சரி, வேறு வழியில்லை என்றால் இருந்துவிட வேண்டியதுதான்,” என்கிறார்கள்.

வெளிச்சம் இன்னும் குறைகிறது. படிகளைப் பார்க்கிறேன். விளக்குகள் வரிசையாக எரிகின்றன. நாங்கள் நின்றிருந்த பாறையை நிதானமாகப் பார்க்கிறேன். நல்ல விசாலமாகத்தான் இருக்கிறது. படுத்துத் தூங்கக்கூட பயப்பட வேண்டாம். விளக்கு வெளிச்சம்கூட ஓரளவுக்கு பாறையை வந்தடைகிறது. “சரி, உட்காருவோம். நமக்கு என்ன, பொழுது போவதற்கா கஷ்டம்? பேசிக்கொண்டிருப்போம். தூக்கம் வரும்போது இங்கேயே படுத்துத் தூங்க வேண்டியதுதான். சரி, இப்படி ஒரு அனுபவம்,” என்கிறேன். உட்காருகிறோம். சில நிமிடம் பேசிக் கொண்டிருக்கிறோம். படிகள் கண்ணுக்குத் தெரிகின்றன. அவ்வப்போது ஒரு சிலர் இறங்கிப் போய்க்கொண்டிருக்கிறார்கள்.

உட்கார்ந்தபடியே சுற்றிலும் பார்க்கிறேன். இந்தக் கோணத்தில் இருந்து பார்க்கும்போது அருகில் ஒரு பாறை தெரிகிறது. அடுத்து இன்னொரு பாறை இருக்கிறது. அதைத் தாண்டி ஒரு புதர் புலப்படுகிறது. ஏதோ ஒரு உணர்வு. இன்னொரு முறை முயற்சி செய்தால் என்ன? என்ன நஷ்டம்? வழி கிடைக்கவில்லை என்றால் திரும்ப வந்து உட்கார்ந்து பேச்சைத் தொடர வேண்டியதுதானே? இன்னும் லேசாக வெளிச்சம் இருக்கிறது. நண்பர்களிடம் எதுவும் சொல்லாமல் எழுந்து அந்தப் பாறைக்குச் செல்கிறேன். அடுத்த பாறைக்குத் தாண்டுகிறேன். எதிரே புதர். இடதுபுறம் திரும்பிப் பார்க்கிறேன். இன்னொரு பாறை. தாண்டுகிறேன். சற்று அகலமான பாறை. சில அடிகள் நடக்கிறேன். இன்னும் சில அடர்ந்த செடிகள். வலதுபுறம் இரண்டு செடிகளுக்கிடையில் இடைவெளி தெரிகிறது. வரும்போது அது மாதிரி செடிகளுக்கிடை யில் புகுந்து வந்ததுபோல் நிழலாக மனத்தில் ஒரு உணர்வு. நெஞ்சில் மெல்லிய படபடப்பு தோன்றுகிறது.

செடிகளுக்கிடையில் புகுந்து இரண்டடி நடந்து பார்க்கிறேன். எதிரே வழி தெரிகிறது. நாற்பது அடி தூரத்தில் படி தெரிகிறது. இன்னும் சில பாறைகள். அப்புறம் ஒரு நீண்ட மண் திட்டு. அதன் முடிவில் ஒரு மேடு ஏறுகிறது. மேட்டின் உச்சியில்

படிகள். அதோ இருக்கிறது. வழி தெளிவாகத் தெரிகிறது. நீண்டதொரு பெருமூச்சு அடிவயிற்றிலிருந்து புறப்பட்டு வெளியேறுகிறது. ஒரு கணம் ஒன்றும் செய்யாமல், ஒன்றும் சிந்திக்காமல் நிற்கிறேன். பிறகு மெதுவாகத் திரும்பிப் பார்க்கிறேன். நண்பர்கள் அமர்ந்திருக்கும் பாறையை செடிகள் மறைக்கின்றன. மெதுவாக வழியைத் தெளிவாகப் பார்த்துக்கொண்டே நடக்கிறேன். சில நொடிகளில் பாறை தெரிகிறது. நண்பர்கள் நின்றுகொண்டிருக்கிறார்கள். கூப்பிடுகிறேன். "என்ன?" என்று கேட்கிறார்கள். "வழி தெரிந்துவிட்டது. வாருங்கள், போகலாம்," என்று உரக்கச் சொல்கிறேன். நண்பர்களின் முகம் மலர்கிறது. வருகிறார்கள். மெதுவாக வழி தவறிவிடாமல் நடக்கிறோம். மண் திட்டை அடைகிறோம். மேடு ஏறிப் படியை அடைகிறோம். சில நிமிடங்களிலேயே நன்கு இருட்டி விடுகிறது.

"எப்படி?" என்று கேட்கிறார் ஒரு நண்பர். "ஏதோ தோன்றியது. போய்ப் பார்த்தேன். தெரிந்துவிட்டது," என்கிறேன். படிகளில் பேசிக்கொண்டே இறங்கி மலையடிவாரத்தை அடைகிறோம். கோவில் பற்றி விசாரிக்கிறோம். ஐந்து நிமிடத்தில் கோவில் வாசல் தெரிகிறது. நடந்து சென்று கோவிலை அடைந்து உள்ளே போகிறோம்.

எல்லாக் கணங்களிலும் கண்ணெதிரே உலகம் தெரிகிறது. ஒவ்வொரு கணமும் கண் முன்னே தெரியும் உலகத்தினுள் நுழைந்துகொண்டே இருக்கிறேன். ஆனால் இன்னும் நுழைந்த பாடில்லை. சிறு வயதிலிருந்து நடந்தும் சைக்கிளிலும், பிறகு மோட்டார் சைக்கிளிலும் போகும்போது கண் முன்னே எப்போதும் தெரிந்துகொண்டிருக்கும் உலகத்தினுள் நுழைந்துவிட முயற்சி செய்துகொண்டே இருக்கிறேன். ஆனால் இதுவரை அந்த முயற்சி வெற்றி பெறவில்லை. சோர்ந்து போய் வெளியில் வந்துவிட முயல்கிறேன். அதுவும் முடியவில்லை. எந்தப்பக்கம் திரும்பினாலும் கண்ணெதிரே உலகம் இருந்துகொண்டே இருக்கிறது. உள்ளேயும் முழுதும் நுழைந்துவிட முடியாமல், வெளியேயும் வந்துவிட முடியாமல் அவஸ்தையாக இருக்கிறது.

ஒரு கனவு. ஒரு பெரிய கூடம். மங்கிய விளக்கொளி. பலபேர் நடனமாடிக்கொண்டிருக்கிறார்கள். குறிப்பிட்ட எந்த வகை நடனமும் அல்ல. அவரவர் மன ஓட்டத்திற்கேற்ப மெதுவாகவோ வேகமாகவோ நடனம் ஆடிக்கொண்டிருக்கிறார்கள். தனித்தனியான அசைவுகளில் குறிப்பிட்ட ஒழுங்கு என்று ஏதும்

இல்லாமல் இருந்தாலும் முழுக் கூடத்தையும் பார்க்கும்போது அனைவரது அசைவுகளும் மொத்தமான ஏதோ ஒரு ஒழுங்கில் நடந்துகொண்டிருப்பதாகத் தோன்றுகிறது. அந்த மொத்த ஒழுங்கைத் தனியே யாரும் நிர்ணயிக்கவில்லை. சொல்லப் போனால் அந்த மொத்த ஒழுங்கு அனைவரையும் அவர்கள் அறியாமலேயே தன் கதியில் அசைத்துக்கொண்டிருக்கிறது. ஆனால் ஒவ்வொருவரும் தத்தம் இச்சைப்படி ஆடிக்கொண்டிருப்பதான நினைப்பில்தான் இருக்கிறார்கள்.

நானும் அவர்களில் ஒருவனாக நடனமாடிக் கொண்டிருக்கிறேன். ஏதோ ஒரு உள்கதி என் அசைவுகளை நடத்திச்செல்கிறது. கூடத்தில் அங்கும் இங்கும் நகர்ந்து என் நடனம் நிகழ்ந்துகொண்டிருக்கிறது. நடனம் தனித்தனியேயும் குழுக்களாகவும் மாறி மாறி நிகழ்கிறது. சில நேரம் நான் மட்டும் ஆடிக்கொண்டிருக்கிறேன். பிறகு என்னுடன் யாரோ ஒருவர். சிறிது நேரம் கழித்து என்னுடன் இரண்டு மூன்று பேர் சேர்ந்து ஆடுகிறார்கள். பிறகு மறுபடியும் நான் தனியாக.

மங்கிய ஒளி. கூட ஆடுபவர் முகம் தெளிவாகத் தெரியாது. குறிப்பாக உற்றுப் பார்த்தால்தான் அடையாளம் தெரியும். நான் தனியாக ஆடிக்கொண்டிருக்கிறேன். பச்சையும் பழுப்பும் சேர்ந்த, சிறிய கட்டங்கள் போட்ட அரைக்கை சட்டை அணிந்திருக்கிறேன். ஆட்டத்தின் கதியில் யாரோ ஒருவர் என் அருகில் வருகிறார். என்னுடன் சேர்ந்து ஆடுகிறார். என் உயரம்தான் இருக்கிறார். ஓரிரு கணங்கள் கழித்து, அவரும் என்னைப் போலவே பச்சையும் பழுப்பும் சேர்ந்த, சிறிய கட்டங்கள் போட்ட அரைக்கை சட்டை அணிந்திருப்பது தெரிகிறது.

உற்றுப் பார்க்கிறேன். அதே துணி. சட்டைக் காலரின் இடது புறம் சிறிய கிழிசல் ஒன்று தெரிகிறது. மனத்தில் சுரீரென்று ஏதோ உறைக்கிறது. என் சட்டைக் காலரைத் தொட்டுப் பார்க்கிறேன். அதே இடத்தில் அதே கிழிசல். அந்தக் கிழிசல் எப்படி ஏற்பட்டது என்பது கூட நினைவில் இருக்கிறது. காயப் போட்டிருந்த சட்டையைக் கொடியில் இருந்து எடுக்கும்போது அருகே சுவரில் இருந்த ஆணி கீறி சட்டை லேசாகக் கிழிந்தது. அதே சட்டையை என் கூட ஆடுபவரும் அணிந்திருக்கிறார். என்ன இது? யார்இவர்?

அவர் முகத்தை மங்கிய ஒளியில் உற்றுப் பார்க்கிறேன். உடல் முழுவதும், உச்சந்தலையில் இருந்து உள்ளங்கால் வரைக்கும் ஆச்சரியம், திகைப்பு, திகில், புரியாமை, இன்னும் அடையாளம் காண முடியாத உணர்ச்சிகள் மிகவும் தீவிரமாகப் பரவுகின்றன. நான் பார்த்துக்கொண்டிருப்பது என் முகம்.

என்னுடன் ஆடிக்கொண்டிருப்பது நான்தான். நானே என்னுடன் வேறொருவனாக ஆடிக்கொண்டிருக்கிறேன். உள்ளே தீவிரமாகப் பரவிக்கொண்டிருந்த உணர்ச்சிகள் உடலையும் மனத்தையும் நிறைத்து வெளியே பாய்ந்து விரிகின்றன.

தூக்கத்தில் இருந்து விழித்துக் கொள்கிறேன். உடலிலும் மனத்திலும் ஆழமான, சக்தி வாய்ந்த அமைதி நிறைகிறது. கட்டிலில் இருந்து எழுந்து உட்கார்ந்துகொள்கிறேன். ஜன்னல் வழியாக நிலவின் ஒளி தரையில் விழுந்துகொண்டிருக்கிறது.

பதினான்கு வயது. நகரத்தின் எல்லையில் சில குன்றுகள் இறைந்து கிடக்கின்றன. பஸ்ஸில் போகும்போது ஒரு குன்றின் மேல் பழைய கட்டடம் ஒன்று தெரிகிறது. அந்த வயதில் அந்தக் குன்று பெரும் மலையெனவே தோற்றம் கொள்கிறது.

முதல் முறையாக மலையேறுகிறேன். என்னுடன் கூட ஒரு நண்பன். என்னை விட ஒரு வயது பெரியவன். மலை மேல் சுழன்றேறும் சுற்றுப்பாதை இருக்கிறது. அதன் வழியாகப் போக வேண்டாம் என்கிறேன் நண்பனிடம். அது மலையேறுவது அல்ல. மலைமீது கற்களையும் பாறைகளையும் பிடித்துக்கொண்டுதான் ஏறவேண்டும். கொஞ்சம் கொஞ்சமாக ஏறுகிறோம். ஒவ்வொரு கட்டத்திலும் பார்வையின் விசாலம் அதிகரிக்கிறது. உலகம் விரிந்துகொண்டே போகிறது. புதியதாக இருக்கிறது. புதிய உணர்வுகள், காட்சி விரிவுகள், உணர்ச்சிகள் மனத்தில் விளைகின்றன.

ஏறுகிறோம். உச்சி தெரிகிறது. கீழே இருந்து தெரிந்த பழைய கட்டடம் ஒரு மசூதி. இடிந்து கிடக்கிறது. கீழே தூரத்தில் சாலையில் வண்டிகள் போவது தெரிகிறது. கீழேயிருந்து வரும் சத்தம் வடி கட்டப்பட்டு மெல்லியதொரு ரீங்காரமாகக் கேட்கிறது. மேலே ஏறுகிறோம். சிறிது நேரத்தில் உச்சியை அடைகிறோம். இரண்டு பெரிய மரங்கள் வளர்ந்திருக்கின்றன. ஏறிய களைப்பு நீங்கச் சற்று நேரம் மரத்தடியில் உட்காருகிறோம்.

கீழே பார்க்கிறோம். குன்று சரிந்து வழிந்து தரையில் சேர்கிறது. இன்னும் நான்கைந்து குன்றுகள் அங்கு இருக்கின்றன. ஒவ்வொன்றும் ஒவ்வொரு உருவ அமைப்பில் இருக்கிறது. சுற்றிலும் செம்மண் பூமி. மண்ணின் நிறம் பளிச்சென்று பார்வையில் படுகிறது. மண்வெட்டி எடுக்கப்பட்டுப் பள்ளமான இடங்களில் மழை நீர் சேர்ந்து குளங்களாகத் தெரிகிறது. தூரத்தில் மின்சார ரயில் செல்லும் இருப்புப் பாதையும் அதைத் தாண்டிச் சாலையும் தெரிகின்றன.

ஆனந்த்

குன்றின் மேல் ஆழ்ந்த நிசப்தம் நிறைந்திருக்கிறது. இப்படியொரு நிசப்தத்தை இதுவரையில் அனுபவித்ததில்லை. உலகம் பரந்து விரிந்து மிகப் பெரியதாகிவிட்டிருக்கிறது. இனிமேல் கீழே இறங்கிய பின்னரும் சிறியதாகிவிடாது. ஒரு பார்வையில் இவ்வளவு விசாலமான வெளியும் இவ்வளவு பொருட்களும் அடங்கியதேயில்லை. இனம் காண முடியாத உணர்வுகள் மனத்தில் எழுகின்றன. சில கணங்கள் மனத்தில் ஒன்றும் ஓடவில்லை. புதிய அனுபவமாக இருக்கிறது. சுற்றிலும் பார்க்கிறேன்.

லேசாக எழும்பும் ஒரு மேட்டின் மேல் மசூதி இருக்கிறது. மசூதியின் சுவர்கள் இடிந்து, காரை பெயர்ந்து செங்கல் தெரிகிறது. கட்டடத்தைச் சுற்றிக் கடப்பைக்கல் பாவிய நடைபாதை. கற்கள் உடைந்து, அங்கங்கே விரிசல் விட்டு, மண் சேர்ந்து, விரிசல்களில் புற்கள் முளைத்திருக்கின்றன. கட்டடத்தைச் சுற்றி வருகிறோம். ஒரு இடத்தில் ஓரமாக இரண்டு சமாதிகள் இருக்கின்றன. ஒன்று சலவைக்கல்லில் பூ வேலைப்பாடுகளுடன் செய்யப்பட்டிருக்கிறது.

மூடிய ஜன்னல் ஒன்று ஒருபுறம் இருக்கிறது. பல வருடங்களாகத் திறக்கப்படாமல் இருப்பது தெரிகிறது. மற்றொரு புறத்தில் இன்னொரு ஜன்னல் கதவு உடைந்து இருக்கிறது. உள்ளே பார்க்க முடிகிறது. பெரிய கூடம் ஒன்று தெரிகிறது. எட்டிப் பார்க்கையில் தரை முழுவதும் மண்ணும் குப்பையுமாக இருப்பது தெரிகிறது. சுவரோரங்களிலும் கூரையிலும் ஒட்டடை படிந்து தொங்குகிறது. உள்ளேயும் சுவர்களில் காரை பெயர்ந்து செங்கல் தெரிகிறது. ஒரு ஓரத்தில் நிலைவாசல் ஒன்று தெரிகிறது. அதன் வழியாக வெளிச்சம் கூடத்தில் விழுகிறது.

"உள்ளே போய்ப் பார்க்கலாமா?" என்று கேட்கிறேன். நண்பன் ஒரு கணம் தயங்கிவிட்டு, "சரி," என்கிறான். எனக்கும் சற்றுத் தயக்கமாக இருக்கிறது. ஆனால் ஆர்வத்தின் குறுகுறுப்பு அதிகமாக இருக்கிறது. சுவரில் தெரிந்த உடைந்த செங்கல்லில் காலை வைத்து ஏறி ஜன்னல் வழியாகத் தலையை நீட்டி முதலில் எட்டிப் பார்க்கிறேன். மர்மமான உணர்வு மனத்தை ஆட்கொள்கிறது. உள்ளே எது வேண்டுமானாலும் இருக்கலாம். எந்த விதமான அதிர்ச்சிக்கும் மனம் தன்னை ஆயத்தப்படுத்திக் கொள்கிறது. ஆனால் குப்பை கூளத்தைத் தவிர வேறொன்றும் தெரியவில்லை. துணிந்து உள்ளே குதிக்கிறேன். புழுதி எழும்பிப் பறக்கிறது.

பின்னாலேயே நண்பனும் குதிக்கிறான். சுற்றிலும் பார்வையை ஓட்டுகிறேன். சுவரில் அங்கங்கே விரிசல்விட்டு சிறு செடிகள் முளைத்திருக்கின்றன. காற்றில் லேசாக மக்கிய நெடி கலந்திருக்கிறது. நிலைவாசல் தெரிகிறது. என்ன இருக்கும்

அந்த வாசலின் மறுபக்கம்? நான் இதுவரை அறியாத, பார்த்திராத ஏதாவது அங்கிருக்குமா? என்னவாக இருக்கும்? ஏதேனும் புதிய மிருகமா? இல்லை யாராவது அங்கே ஒளிந்து கொண்டிருப்பார்களா? என்ன நடக்கும்? லேசான பயம் மனத்தில் மெல்ல நுழைகிறது. குறுகுறுப்பும் அதே விகிதத்தில் அதிகரிக்கிறது. மெல்ல அடியெடுத்து வைக்கிறேன். வாசலை நோக்கி நடக்கிறேன். காய்ந்த சருகுகள் காலில் மிதிபட்டு நொறுங்குகின்றன. நிசப்தமான சூழலில் அந்த சப்தம் தெளிவாகக் கேட்கிறது. பயமும் குறுகுறுப்பும் இன்னும் அதிகமாகின்றன. மெல்ல நடந்து அந்த வாசலை அடைகிறேன்.

வெளிச்சமாக இருக்கிறது. பயம் தயங்குகிறது. சாகச உணர்வு தூண்டும் குறுகுறுப்பு மெல்ல முன்னேறுகிறது. வாசலைத் தாண்டி வெளியே அடியெடுத்து வைக்கிறேன். வாசலுக்கு மறுபக்கம் பத்தடிக்குப் பதினைந்து அடி அளவில் ஒரு முற்றம். கூரையின்றி வானம் திறந்து கிடக்கிறது. எதிர்பார்க்காத எதையோ எதிர்பார்த்துச் சில அடிகள் நடக்கிறேன். தனிமை கவிந்திருக்கிறது. தரையில் கருங்கல் பாவியிருக்கிறது. சூரிய வெளிச்சம் பரவியிருக்கிறது. தூய்மையான காற்று மெல்ல வீசிக் கொண்டிருக்கிறது. கற்களின் இடைவெளிகளில் புற்களும் சிறு செடிகளும் தன்னிச்சையாக வளர்ந்திருக்கின்றன. ஒரு மூலையில் கல் உடைந்து அங்கு ஒரு மரம் வளர்ந்துகொண்டிருக்கிறது. கரும்பச்சையில் அகலமான இலைகள். ஒரு மூலையில் கதவு ஒன்று மூடப்பட்டு இருக்கிறது.

எதிர்பாராதது ஒன்றுமில்லை. ஆனால் பார்த்தது அனைத்துமே எதிர்பாராததுதான். மேலும் சில நிமிடங்கள் அங்கு நின்றுகொண்டிருக்கிறோம். பிறகு உள்கூடத்திற்கு வந்து மறுபடி ஜன்னல் வழியாக ஏறிக் குதித்து வெளியே வருகிறோம். காற்று வீசிக்கொண்டிருக்கிறது. உடைகள் மெல்லப் படபடக்கின்றன. மேட்டிலிருந்து இறங்குகிறோம். மரத்தடியில் உட்காருகிறோம். ஏதேதோ பேசிக்கொண்டிருந்துவிட்டு மெதுவாகக் கீழே இறங்குகிறோம்.

அறிந்ததும் அறியாததும் சந்திக்கும் பிரதேசமாய்ப் புறநகர்ப் பகுதிக் குன்றுகள் மனத்தை ஈர்க்கின்றன. மறுபடி மறுபடி அங்கு செல்கிறேன். வேண்டி விரும்பிக் கேட்டால் ரகசியங்களை மெல்லத் திறந்து காட்டுகின்றன அந்தக் குன்றுகள். வெவ்வேறு காலங்களில் அறிமுகமான வெவ்வேறு நண்பர்களுக்கு அந்தக் குன்றுகளை அறிமுகம் செய்து வைக்கிறேன். குன்றுகளின் மேல் ஏறி அமர்ந்து

பேசுகிறோம்.ஒவ்வொன்றும் தன் உருவத்திலும் சுயத்தன்மையிலும் வெவ்வேறாக இருக்கிறது. அவர்களுக்கும் அவர்கள் அறியாத ரகசியங்களை அவை தெரிவிக்கின்றன.

முதல் முறை அந்தப் பெரிய குன்றின் மேல் ஏறிய பிறகு, மறுபடி அதன் மேலும், சுற்றியுள்ள குன்றுகள் மேலும், பல முறை ஏறியாகிவிட்டது. ஒவ்வொரு முறையும் குன்றுகள் வெவ்வேறு தன்மையைக் கொள்கின்றன. வெவ்வேறு ரகசியங்களைப் பகிர்ந்துகொள்கின்றன. என் வயதுக்கும் வளர்ச்சிக்கும் ஏற்ப அவை சொல்லும் விஷயங்களும் மாறுபடுகின்றன.

முதல் மலையேற்றத்திலிருந்து ஏறக்குறையப் பதினைந்து ஆண்டுகள் கழித்து ஒரு காலை நேரத்தில் இரு நண்பர்களுடன் அங்கு செல்கிறேன். தூரத்தில் இருந்து பார்க்கும்போதே குன்றுகள் மூளியாகி இருப்பது தெரிகிறது. அங்கங்கு கரண்டியால் வெட்டியெடுக்கப்பட்ட வெண்ணைத் திரட்சியைப்போல் குன்றுகள் வெட்டப்பட்டிருக்கின்றன. அருகில் செல்கிறோம். வெடி வைத்துத் தகர்த்து எடுத்திருக்கிறார்கள்.தகர்த்த பாறைகளின் துண்டுகள் கூர்மையாகத் துருத்திக்கொண்டு கீழே கிடக்கின்றன.

முதல் குன்றின் அருகில் போய் நின்று பார்க்கிறேன். புத்தம் புதியதாக கருங்கல் படிகங்கள் வெய்யிலில் மினுமினுக்கின்றன. கரடுமுரடாக இருக்கிறது. அதையே பார்த்துக்கொண்டிருக்கிறேன். திடீரென்று ஒரு உண்மை மனத்தில் புலப்படுகிறது. இப்போது நான் பார்த்துக்கொண்டிருக்கும் இந்தக் கருங்கல், இந்தக் குன்றின் உட்புறம், பூமியில் மனிதன் தோன்றுவதற்கு நெடுங்காலம் முன்பே உருவானது.குன்று உருவான பிறகு, பல கோடிக்கணக்கான ஆண்டுகள் கழித்து, முதல் முறையாக மனிதப் பார்வைக்கு அது இப்போது வெளிப்பட்டிருக்கிறது. இந்தக் கருங்கல்லை இதற்கு முன்னால் யாரும் பார்த்ததில்லை. இது புதியது. புத்தம் புதியது. தகர்க்கப்பட்ட இடத்தில் கை வைத்துத் தடவிப் பார்க்கிறேன். லேசான குளிர்ச்சி தெரிகிறது.நிமிர்ந்து பார்க்கிறேன்.செங்குத்தான சுவர்போல் பாறைகளை வெட்டிய இடம் தெரிகிறது.கரடுமுரடான பாறைச் சுவரில் துருத்திக்கொண்டிருக்கும் இடுக்குகளில் காலை வைத்து மேலே ஏறிவிட முடியும் என்று படுகிறது. உடனே ஏறி விட வேண்டும் என்ற உந்துதல் மனத்தில் ஏற்படுகிறது. கணமும் யோசிக்காமல் ஏறத் தொடங்கிவிடுகிறேன். நண்பர்கள் ஒரு கணம் பயப்படுகிறார்கள். "பார்த்து, பார்த்து," என்று எச்சரிக்கிறார்கள்.

சரசரவென்று சற்று தூரம் மேலே ஏறுகிறேன். காலை வைத்து ஏறும் அளவுக்கு இடம் இல்லை. சில இடங்களில் கால் கட்டை விரலை வைத்துத்தான் ஏற முடிகிறது. கைக்கும் அதிகப் பிடிப்பு இல்லை. சில இடங்களில் கைவிரல் நுனியால் பாறையில் துருத்திக்

நான் காணாமல் போகும் கதை

கொண்டிருக்கும் இண்டு இடுக்குகளைப் பிடித்துக்கொண்டு ஏறுகிறேன். இருபது அடி ஏறிவிடுகிறேன்.

அதற்கு மேல் ஏற முடியவில்லை. சரியான கைப்பிடிப்போ கால் வைக்க இடமோ இல்லை. மேற்கொண்டு ஏறமுடியாது. இறங்கி விட வேண்டியதுதான். மெல்லக் குனிந்து பார்க்கிறேன். மிகவும் கீழே தரை தெரிகிறது. மெதுவாகக் கீழே இறங்க வேண்டும். அடுத்த அடி வைப்பதற்குச் சரியான இடம் பார்க்க வேண்டும். ஒருகாலை எடுத்துக் கால் பிடிப்புக்கு இடம் தேடுகிறேன். சரியாக ஒன்றும் பிடிபடவில்லை. லேசாக பயம் நெருடுகிறது. மறுபடி கால் வைக்க இடம் பார்க்கிறேன். ஒன்றும் அகப்படவில்லை. கால் வைத்திருந்த பழைய இடமும் சரியாகத் தட்டுப்படவில்லை. எப்படி இறங்கப் போகிறேன்?

என் உடல் கனம் முழுவதையும் ஒரு காலின் விரல்களும் இரு கை விரல் நுனிகளும் தாங்கிக் கொண்டிருக்கின்றன. வைப்பதற்கு இடமில்லாமல் இன்னொரு கால் அந்தரத்தில் தொங்கிக்கொண்டிருக்கிறது. கை விரல்களும் காலின் விரல்களும் என் உடல்கனத்தைத் தாங்க முடியாமல் வலிக்கின்றன. காலும் கைகளும் சில கணங்களில் பலமிழந்து போகின்றன. லேசாக நடுங்குகின்றன. விழுந்து விடப் போகிறேன் என்று பயமாக இருக்கிறது. குனிந்து பார்க்கிறேன். வெடியால் தகர்க்கப்பட்டுக் கீழே கிடக்கும் பாறைகளின் கூர்மையான முனைகள் மேல்நோக்கி இருக்கின்றன. விழுந்தால் நேராக அந்தப் பாறைகளின் மேல்தான் போய் விழ வேண்டும். கதை அவ்வளவுதான்.

இன்னும் பலவீனமாக உணர்கிறேன். கருங்கல் சுவரின் கரடு முரடான துருத்தல்களை இன்னும் அழுத்தமாகப் பிடித்துக்கொள்கிறேன். மெதுவாக இடதுபுறம் கீழே திரும்பிப் பார்க்கிறேன். எனக்கு நேர் கீழே கிடக்கும் கூர்மையான பாறைகளுக்கு இடதுபுறம் சற்றுத் தள்ளி ஐந்தடி அகலத்திற்கு வட்டமாக மணல் கொட்டிக் கிடக்கிறது. அதைத் தாண்டிச் சிறிதும் பெரிதுமாக இன்னும் கொஞ்சம் பாறைகள் கிடக்கின்றன. கைகளும் காலும் இன்னும் வலிக்கின்றன. சில கணங்களுக்குமேல் தாங்க முடியாது. காலும் கைகளும் நடுங்குகின்றன.

பாறை இடுக்குகளை இன்னும் இறுகப் பிடித்துக்கொள்ள முயற்சிக்கிறேன். ஆனால் பிடிப்பு இறுகவில்லை. மாறாகக் கைகளிலும் கால்களிலும் ஓடிக்கொண்டிருக்கும் சக்தி மெல்ல வடிவதுபோல் தோன்றுகிறது. பயந்து போய்ப் பிடியை மேலும் இறுக்க முயல்கிறேன். ஆனால் கை கால்களின் சக்தி மெல்ல உடலில் எங்கோ போய்ச் சேர்ந்துகொண்டிருப்பது போன்ற உணர்வு எழுகிறது. பிடியை இறுக்க மனம் முயன்றாலும் கையால்

முடியவில்லை. பிடிப்பது கை இல்லை. கையின் தசைகள் இல்லை. நரம்புகள் இல்லை. இது தெளிவாகத் தெரிகிறது. கைகால்களி லிருந்து இப்போது வடிந்து கொண்டிருக்கும் இந்தச் சக்திதான் கை வழியாகப் பாறையைப் பிடித்துக்கொள்கிறது. கால் வழியாக உடலைத் தாங்கிக்கொள்கிறது.

அந்தச் சக்தி இப்போது தன் பிடிப்பை விலக்கிக் கொண்டிருக்கிறது. உடல் முழுவதும் நடுங்குகிறது. இன்னும் ஒரு கணம்தான். அடுத்த கணம் விழ வேண்டியதுதான். சக்தி கைகால்களிலிருந்து முழுவதும் வடிந்து போகிறது. உடல் பாறையிலிருந்து பிடிப்பு விட்டு மெல்ல விழத் தொடங்குகிறது. ஏனோ மனத்தில் பயம் சிறிதுமில்லை. சக்தி முழுவதும் அடிவயிற்றில் ஒரு புள்ளியில் போய் சேர்ந்துகொள்கிறது. மனம் காலியாக இருக்கிறது.

விழுந்துகொண்டிருக்கிறேன். விழுவது மிகவும் மெதுவாக நடப்பதைப்போல் இருக்கிறது. கூர்மையான நுட்பமான பிரக்ஞை எங்கோ ஒரு புள்ளியில் விழித்துக்கொண்டிருக்கிறது. மற்றபடி வேறொன்றும் தெரியவில்லை. விழுந்துகொண்டிருக்கும் உடல் தானாக வளைந்து ஒரு சுற்று சுற்றிக் கீழே இறங்குவது தெரிகிறது. பிரக்ஞை மறுபடி விரிகிறது. மணல் திட்டு வேகமாக என்னை நோக்கி விரைந்து வந்துகொண்டிருப்பது தெரிகிறது. மறு கணம் மணல் திட்டின்மேல் கால், கை, இடுப்பு மோத விழுகிறேன். பார்வை வலதுபுறம் திரும்புகிறது. இரண்டடி உயரத்திற்கு பாறைகள் கூர்மையாக துருத்திக்கொண்டு நிற்கின்றன. தலை நிமிர்ந்து மேலே பார்க்கிறேன். கடைசியாக நான் பாறைகளைப் பிடித்துக்கொண்டு நின்றுகொண்டிருந்த இடம் தெரிகிறது.

எப்படி இங்கே விழுந்தேன்? பாறைகளின் மேல்தானே விழுந்திருக்க வேண்டும்? எப்படி விழும் பாதையை விட்டு விலகி இங்கே வந்து விழ முடியும்? விழும்போது உடல் வளைந்து சுழன்று விழுந்தது நினைவுக்கு வருகிறது. எப்படி அது நடந்தது? எப்படி உடல் வளைந்தது? எப்படிச் சுழன்றது? மணல் திட்டின் மேல் வந்து விழ வேண்டும் என்று எப்படித் தெரிந்தது?

உள்ளங்கை, உள்ளங்கால், இடுப்பு, எல்லாம் வலிக்கிறது. திரும்பிப் பார்க்கிறேன். நண்பர்கள் இருவரும் வைத்த கண் வாங்காமல் என்னையே பார்த்துக்கொண்டிருக்கிறார்கள். அவர்கள் கண்களில் ஆச்சரியம் நிறைந்திருக்கிறது. தலை நிமிர்ந்து மேலே பார்க்கிறார்கள். பிறகு கீழே உட்கார்ந்திருக்கும் என்னைப் பார்க்கிறார்கள். மெல்ல ஆச்சரியம் என் மனத்திலும் விரிந்து நிறைக்கிறது.

நான் காணாமல் போகும் கதை

அவர்களைப் பார்த்து மெதுவாகச் சிரிக்கிறேன். அருகில் வந்து, "ஏதாவது அடிபட்டுவிட்டதா?" என்று கேட்கிறார்கள். "இல்லை," என்று சொல்லிவிட்டு எழுந்துகொள்கிறேன். "அங்கங்கே லேசாக வலிக்கிறது. வேறொன்றும் இல்லை," என்று சொல்கிறேன். "கொஞ்சம் உட்கார்ந்துவிட்டுப் போகலாமே," என்கிறார் ஒரு நண்பர். உட்காருகிறோம்.

ஒரு முறை கண்களை மூடி நிமிர்ந்து உட்கார்ந்திருக்கிறேன். மெல்ல மெல்ல என்னைப் பற்றிய விவரங்கள் மனத்தில் அடங்குகின்றன. கூடவே என் புறவெளியைப் பற்றிய விவரங்களும். இப்போது 'நான்' உட்கார்ந்திருக்கிறேன் என்பது மட்டுமே பிரக்ஞையில் நிலைத்திருக்கிறது, வேறு எந்த அடையாளமும் விவரமும் இல்லாமல்.

பிரபஞ்சம் முழுவதிலும் ஒரே ஒரு மனிதன்தான் இருக்கிறான். பிரபஞ்ச வெளியில் அவன் கண்களை மூடி அமர்ந்திருக்கிறான், காலமும் இடமும் அற்று. அவன் அமர்ந்திருக்கும் அந்த வெளியில் வேறெதுவும் இல்லை. எல்லையற்று விரிந்திருக்கும் நிசப்தம் தொடர்ந்து அவனுக்குள் இடைவெளியின்றி இறங்கிக்கொண்டே இருக்கிறது. கண்களை மூடி அமர்ந்திருக்கும் அவனுக்கு உள்ளே இருந்து இயங்குகின்றன காலமும் இடமும்.

கால்களை மடித்துச் சம்மணமிட்டு அமர்ந்திருக்கும் அவன் உடலில் சில பகுதிகள் ஒளி பொருந்தியும் மற்ற பகுதிகள் இருளார்ந்தும் இருக்கின்றன. கால்கள், இடுப்பு, வயிறு, கைகள் இவையெல்லாம் ஒளியுற்று விழித்து இயங்கிக்கொண்டு இருக்கின்றன. மார்பு, கழுத்து, தலை இவையெல்லாம் விழிப்பில்லாத நிலையில் இருளார்ந்து இருக்கின்றன.

அவன் உள்ளே சலனமற்று விழித்து இருக்கிறான். அவனுக்குள்ளே ஒரு உயிரோட்டம் இருக்கிறது. தலைக்குள்ளும் நெஞ்சிலும் சக்தியின் பரவல் தொடர்ந்து இருந்துகொண்டிருக்கிறது. விழித்திருக்கும் பகுதிக்கும் இன்னும் விழிப்புறாத பகுதிக்கும் இடையே உள்ள எல்லைக் கோட்டில் அவனுடைய கவனம் பதிந்திருக்கிறது. மனப் பிரயத்தனம் இல்லாத இயக்கத்தில் அவன் கவனம் நிலைத்திருக்கிறது.

விழிப்புக்கொண்ட பகுதியில் தொடர்ந்து ஒரு துடிப்பு இருந்துகொண்டே இருக்கிறது. அந்தத் துடிப்பு ஒவ்வொரு உயிரணுவுக்குள்ளும் மெல்லிய அதிர்வைத் தோற்றுவித்துக் கொண்டே இருக்கிறது. துடிப்பும் அதிர்வும் இன்னும் விழிப்புக்

கொள்ளாத பகுதிக்குள்ளும் பாய்ந்துகொண்டுதான் இருக்கின்றன. ஆனால் அங்கு அவை சமனப்பட்டு அடங்கிவிடுகின்றன.

காலமற்று அவன் தன்னைத் தன்னிலிருந்து உருவாக்கிக் கொண்டிருக்கிறான். இன்னும் விழிப்பு கொள்ளாத அவனுடைய மேற்பகுதியிலிருந்து பாயும் கவனம், விழித்த பகுதியில் காலமெனப் பாய்கிறது. அங்கு காலமும் வெளியும், வெளிச்சமும் இருளும், ஓசைகளும் நிசப்தமும், வண்ணங்களும் நிறைந்திருக்கின்றன. சாலைகளும் கட்டடங்களும், மரங்களும் மனிதர்களும், மேலே வானமும் மேகங்களும் நிகழ்ந்து கொண்டிருக்கின்றன.

அங்கு இருக்கும் மனிதர்களில் பெரும்பான்மையோருக்குத் தாம் காணும் உலகம் எல்லைக்குட்பட்டது என்கிற பிரக்ஞை இல்லாமல் இருக்கிறது. அவர்கள் அந்த உலகத்தின் மையப் பகுதிகளில் சஞ்சரிப்பதையே பெரிதும் விரும்புகிறார்கள். தெரியாமல் சில சமயம் அந்த உலகின் ஓரங்களுக்குச் சென்று விட நேரும்போது தூரத்தில் தெரியும் இருளைக் கண்டு பயந்து, விலகிப் போய், மறுபடி அந்தப் பிரதேசங்களின் பக்கம் சென்றுவிடாமல் ஜாக்கிரதையாகப் பார்த்துக் கொள்கிறார்கள். அதன் பிறகு அவ்வாறான பிரதேசங்களே இல்லாததுபோல் நடந்துகொள்கிறார்கள். முடிந்த வரைக்கும் மற்றவர்களிடமும் அசாதாரணமாக ஏதும் இல்லை என்பது போன்ற பாவனையுடன்தான் பழகுகிறார்கள்.

வெகு சிலர் மட்டுமே ஒரு முறை எல்லைப் பிரதேசங்களின் பக்கம் போய்விட்ட பிறகு மறுபடியும் அதைத் தேடிப் போகிறார்கள். வெளிச்சத்தின் முடிவில் தெரியும் இருள் பிரதேசத்தினுள் அச்சமின்றிச் சென்று பார்க்க விழைகிறார்கள். அவர்கள் இருளுக்குள் நுழைந்ததும் அந்த இடம் ஒளி பெறுகிறது. இதுவரை உலகத்தின் எல்லைகளுக்கு வெளியே இருந்த ஒரு பகுதி இப்போது அவர்களின் செயலால் உலகத்துடன் இணைகிறது.

பிரக்ஞைவெளி மனிதனின் உள் இயக்கம் காரணமாகத்தான் இந்தச் சிலர் இருளினுள் நுழைகிறார்கள். அந்த மனிதனின் இன்னும் விழிப்புக் கொள்ளாத பகுதிகள் மெல்ல விழித்துக்கொள்கின்றன. மெதுவாக, ஒவ்வொரு உயிரணுவாக, விழிப்பு ஏற்படுகிறது.

நான் அந்த உலகில் ஏதோ ஒரு வீட்டின் ஒரு அறையில் கண்களை மூடி, கால் மடித்து, நிமிர்ந்து அமர்ந்திருக்கிறேன், காலமற்றுப் பிரபஞ்ச வெளியில் அமர்ந்திருக்கும் பெயரற்ற ஒரே மனிதனைப் பற்றிய பிரக்ஞை ஏதுமின்றி. என்னுள் அவ்வப்போது எண்ணங்களும் உணர்ச்சிகளும் தோன்றி, இருந்து, அடங்கிக்கொண்டிருக்கின்றன.

எண்ணங்களும் உணர்ச்சிகளும் தோன்றி, இருக்கும்போது நானாகவும், அவை அடங்கி விடும் கணங்களில் பிரபஞ்ச வெளியில் அமர்ந்திருக்கும் அவனாகவும் என்னை உணர்கிறேன்.

ஒரு கனவு. விசாலமான ஒரு அறை. அறையின் ஒரு புறம் ஒரு நிலைச்சட்டத்தின்மேல் சட்டமடித்த, ஓவியம் வரையும் கான்வாஸ் சாய்த்து வைக்கப்பட்டிருக்கிறது. ஐந்தடி உயரம், மூன்றடி அகலம். நான் கையில் கரிக்குச்சி ஒன்றை எடுத்துக் கொண்டு வரையத் தொடங்குகிறேன். நின்றுகொண்டிருக்கும் மனித உருவம். என் உருவம். சுயசித்திரம். சித்திரத்தின் வெளிக்கோடுகளை வரைகிறேன். விவரங்கள் ஏதும் இல்லை. கண்கள், மூக்கு, தாடை, கை, கால்கள் லேசான கோடுகளில் வெறும் உத்தேசமாக உருக்கொள்கின்றன. அங்கு நிறுத்திக் கொள்கிறேன். வந்து எதிர்ச் சுவரோரம் உள்ள பிரம்பு நாற்காலியில் உட்கார்ந்து கொள்கிறேன். படத்தைப் பார்க்கிறேன்.

அறையின் கதவு திறக்கிறது. ஒருவர் உள்ளே நுழைகிறார். நிமிர்ந்து பார்க்கிறேன். லேசான அதிர்ச்சியும் ஆச்சரியமும் மனத்தில் விரிகின்றன. மிகவும் பிரபலமான திரைப்பட நடிகர் அவர். பெரும்பாலான மக்களின் மனத்தில் பெரும் செல்வாக்கு பெற்றவர். அவர் கதாநாயகனாக நடித்த படங்கள் பல வெள்ளி விழா கொண்டாடியவை. அவர் ஏன் இங்கு வருகிறார்?

உள்ளே நுழைந்ததும் என் பக்கம் திரும்பிப் பார்த்துப் புன்னகைக்கிறார். நேராகப் படத்தின் அருகில் சென்று நிற்கிறார். அருகில் இருந்த தாழ்வான மேஜையின் மேல் இருந்த தூரிகைகளை எடுத்து வண்ணங்களைக் கலந்து நான் வரைந்து வைத்திருந்த படத்தின் மேல் சரசரவென்று வேகமாகப் பூசுகிறார். அவர் வண்ணங்களைப் பூசும் விதத்திலிருந்து அவரும் தேர்ந்த ஓவியர் என்று தெரிகிறது. ஆனால் அவர் உபயோகிக்கும் வண்ணங்கள் கொஞ்சம் அதிகமான பிரகாசம் உடையவையாக எனக்குப் படுகிறது.

கொஞ்சம் கூர்ந்து கவனிக்கும் போதுதான் ஒரு விஷயம் புலப்படுகிறது. என் உருவத்தின் வலது புறத்தை மட்டும்தான் அவர் வரைகிறார். வலதுகை, வலதுகால், முகத்தின் வலது பாதி, உடலின் வலப்பாகம், இவைகளை மட்டும்தான் தீட்டுகிறார். அதிலும் நுட்பமான விவரங்களை வரையாமல் விட்டுவிடுகிறார். படத்தில் அங்கங்கே வண்ணங்கள் படாத சிறு பகுதிகள் தெரிகின்றன. தூரிகைகளை எடுத்த இடத்தில் வைத்துவிட்டு என் அருகே வந்து லேசாகப் புன்னகைத்துவிட்டு வெளியே போய்விடுகிறார்.

நான் எழுந்து கொள்கிறேன். தூரிகைகளை எடுக்கிறேன். வண்ணங்களைத் தோய்த்துக்கொண்டு படத்தின் நிறைவு பெறாத இடது பாதியை வரைகிறேன். இந்தப் பாதியில் வண்ணங்களின் தன்மை வேறாக இருக்கிறது. அதிகமான பிரகாசம் இல்லாமல் வண்ணங்கள் அடங்கிய தன்மையுடன் இருக்கின்றன. ஆனால் நானும் சில இடங்களில் நுட்பமான விவரங்கள் இல்லாமல், சிற்சில இடங்களில் வண்ணங்கள் தீட்டாமல் விட்டுவிடுகிறேன். வந்து நாற்காலியில் அமர்ந்து கொள்கிறேன்.

யாருக்காகவோ காத்திருக்கத் தொடங்குகிறேன். கொஞ்ச நேரம் கழிகிறது. கதவு மெல்லத் திறக்கிறது. ஒருவர் உள்ளே நுழைகிறார். புதியவர். அவரை நான் இதற்கு முன் பார்த்ததில்லை. ஆனாலும் நான் காத்திருந்தது இவருக்காகத்தான் என்பது எனக்குத் தெளிவாகத் தெரிகிறது. அவர் வெள்ளை வேட்டியும் வெள்ளைச் சட்டையும் அணிந்திருக்கிறார். நடை மென்மையாக இருக்கிறது. தரை அதிராமல் நடந்து ஓவியத்தின் அருகில் செல்கிறார். தூரிகைகளில் இருந்து கவனமாகச் சிலவற்றை மட்டும் தேர்ந்து எடுத்துக்கொண்டு ஓவியத்தைத் தொடர்கிறார். விட்டுப் போன இடங்களை மட்டும் வரைகிறார்.

மிகவும் மெதுவாக, நுட்பமாக, சிறு சிறு வண்ணத்திட்டுகளைத் தீட்டுகிறார். அவ்வப்போது சற்றுத் தள்ளி நின்றுகொண்டு, மிகவும் கவனமாக, கண்களில் கசியும் மென்மையுடன், பார்த்துப் பார்த்துப் படத்தை முடிக்கிறார். முடித்து விட்டதான பாவனையுடன் என் அருகில் வந்து, நின்று, திரும்பி ஒருமுறை படத்தைப் பார்க்கிறார். தலையை லேசாகத் திருப்பி மறுபடியும் கவனமாகப் பார்க்கிறார். திரும்ப ஓவியத்தின் அருகில் போகிறார். மெல்லிய தூரிகை ஒன்றை எடுத்து, சிறிது வண்ணத்தைத் தோய்த்து, மெல்லிய கோடு ஒன்றைத் தீட்டுகிறார். சற்றுத் தள்ளி நின்று பார்த்து, நிறைவுடன் தலையை அசைத்துவிட்டு, என் அருகில் வருகிறார்.

அவர் முகம் மிகவும் லட்சணமாகவும் பளிச்சென்றும் இருக்கிறது. நான் எழுந்து நிற்கிறேன். என் தோளில் கையை வைத்து என் கண்களுக்குள் பார்த்துக் கனிவுடன் சிரிக்கிறார். "படம் நன்றாக வந்திருக்கிறது," என்கிறார். கதவைத் திறந்துகொண்டு வெளியே போகிறார். நான் ஓவியத்தின் அருகில் சென்று பார்க்கிறேன். ஓவியத்தில் இருக்கும் என் முகம், கண்ணாடியில் பார்க்கும் என் முகத்தை விடச் சற்று அமைதியுடன் இருப்பதாகத் தோன்றுகிறது.

வேலை அதிகம் இருப்பதால் காலை எட்டு மணிக்கே அலுவலகம் சென்று விடுகிறேன். மோட்டார் சைக்கிளை ஓரமாக

நிறுத்துகிறேன். பூட்டியிருந்த அறையைத் திறந்து வைத்துவிட்டு மறுபடியும் வெளியே வந்து நிற்கிறேன். விசாலமான அலுவலக வளாகம் காலியாக இருக்கிறது. பழுத்த வேப்ப மர இலைகளும் புளிய மர இலைகளும் தரையெங்கும் இறைந்து கிடக்கின்றன. பழுத்துச் சிவந்த பாதாம் இலைகள் ஓரிரண்டு கீழே கிடக்கின்றன. அங்கங்கே ஆட்கள் தரையைப் பெருக்கிக் கொண்டிருக்கிறார்கள். காலையின் குளுமை எங்கும் நிறைந்திருக்கிறது.

வளாகத்தில் நிறைந்திருக்கும் மரங்களின் அடர்ந்த இலைகளின் இடைவெளிகள் வழியே வரும் காலைச் சூரியனின் சாய்வான ஒளிக் கீற்றுகள் தரையில் அங்கங்கே படிந்திருக்கின்றன. விசாலமான வளாகத்தில் அமைதி நிறைந்து ததும்பிக்கொண்டிருக்கிறது. வெளியே நிறைந்திருக்கும் அமைதி யின் பிரதிபலிப்பாக உள்ளேயும் நிசப்தம் குடிகொள்கிறது. பார்வை மென்மையான அலைகளாக வெளியெங்கும் படர்ந்து மெல்ல நிலைப்புக் கொள்கிறது. தரையிலும், மரங்களின் மேலும், கட்டடச் சுவர்களின் மேலும், மேகங்களின் மீதும், வானநீலத்தின் மேலும் பார்வை மெல்லிய படலமாகப் படிந்திருக்கிறது.

பார்வை, மனம் வீசும் ஒளியாக இல்லாமல், கண்ணாடிபோல் இருக்கும் மனத்தின் வழியாக ஊடுருவிப் பாயும் ஒளிப் படலமாகத் தெரிகிறது. மனத்துக்கு ஏதும் பங்கு இல்லாததுபோல் இருக்கிறது. மெல்லிய காற்று வீசுகிறது. இரண்டு காகங்கள் பறந்து வந்து மோட்டார் சைக்கிளின் மேல் அமர்கின்றன. மர இலைகளினூடே பாயும் ஒளிக்கீற்று ஒன்று ஒரு காகத்தின் தலையின் மேல் படிகிறது. அதன் கருமையான தலை சூரிய ஒளியில், அடர்ந்த கருநீல உலோகமென மின்னுகிறது. அந்தக் காகம் ஒருமுறை கரைந்துவிட்டுப் பறந்து போகிறது.

மோட்டார் சைக்கிளின் மேல் இருந்த மற்றொரு காகம் இப்போது சிறகு விரித்துத் தரையில் இறங்குகிறது. கருமையான தலை. ஒவ்வொரு நொடியும் விழிப்புடன் மினுங்கும் கண்கள். கருமை மெல்ல மங்கிக் கரைந்து நீலச் சாம்பல் நிறத்தின் மென்மையில் காகத்தின் கழுத்தும் மேலுடலும் தெரிகின்றன. சிறகுகள் மறுபடியும் ஆழ்ந்த கருமையாக, சுத்தமாக, பளிச்சென்று இருக்கின்றன. வால் சிறகுகள் அப்படியும் இப்படியும் திரும்பிக்கொண்டே இருக்கின்றன. தலை ஒரு நிலையில் நில்லாமல் 'டக் டக்' கென்று அங்குமிங்கும் திரும்பிக்கொண்டே இருக்கிறது. கால்களால் மெல்ல மெல்ல அடியெடுத்து வைத்துத் தரையைக் கொத்துகிறது காகம். பார்க்கப் பார்க்க மிக அழகாக இருக்கிறது. இதுவரை அசைவற்று இருந்த மனத்தில் மென்மையான ஒரு உணர்ச்சி மெல்ல எழுந்து பரவுகிறது. காகத்தை அந்த உணர்ச்சி மெல்லச் சூழ்ந்து அணைத்துக்கொள்கிறது.

காகம் மிகவும் அழகானதொரு கறுப்பு நிறப் பறவை.

கனவுக்கும் கற்பிதத்துக்கும் இடையே உள்ள வேறுபாடு மிகவும் சன்னமானதாகத் தெரிகிறது. வேறுபாடுகள் மேலோட்டமானவையாகவும் ஒத்துப்போகும் விஷயங்கள் அடிப்படையானவையாகவும் இருக்கின்றன. கனவுகளைப் போலவே கற்பிதங்களும் கற்பிப்பவனின் கட்டுப்பாட்டுக்குள் அடங்குவதில்லை. நாம் அறியாத தம் சுய இலக்கண விதிகளின்படிதான் கனவுகள், கற்பிதங்கள் இரண்டுமே இயங்குகின்றன.

ஊரின் எல்லையைத் தாண்டி மேற்கு நோக்கி வெகுதூரம் நடந்து செல்கிறேன். மாலை நேரம். எதிரே சூரியன் இருக்கும் இடத்தை வைத்துப் பார்த்தால் மணி நான்கு இருக்கலாம். அந்தப் பிரதேசத்தில் முன்னெப்போதோ ஒரு காலத்தில் இருந்த ஒரு புராதன நகரத்தின் இடிபாடுகள் பாதி மண்ணில் புதைந்தும் மீதி மண்ணுக்கு மேலும் இறைந்து கிடக்கின்றன. மண்ணில் பாதி புதைந்து கிடக்கும் பெரிய தூண்களின் மீது ஏறி இறங்கித் தாண்டி நடந்துபோகிறேன். சற்றுத் தூரத்தில் செங்குத்தாகக் கூம்பி உயரும் ஒரு கோபுரம் தெரிகிறது. அதைத் தாண்டி மேலும் சில இடிபாடுகள். வறண்ட பூமி. தூரத்தில் சில குன்றுகள் தெரிகின்றன. கோபுரத்தின் அருகே போகிறேன்.

மிகப் பழைய கோபுரம். பல இடங்களில் மேல்காரை பெயர்ந்து இருக்கிறது. ஆனாலும் இன்னும் ஒரு உறுதியும் வலிமையும் அதில் தெரிகிறது. ஏறக்குறைய முந்நூறு அடி உயரம் இருக்கும். நிமிர்ந்து பார்க்கும்போது கோபுரத்தில் நூறு அடி உயரத்துக்கு ஒன்றாக மூன்று விசாலமான ஜன்னல்கள் தெரிகின்றன. கீழே ஒரு வாசல் இருக்கிறது. மரத்தில் பூவேலைப்பாடு செய்யப்பட்ட கதவு ஒன்று பாதி உடைந்து தொங்கிக்கொண்டு இருக்கிறது.

உடைந்திருந்த கதவின் மேல் இடித்துக்கொள்ளாமல் மெதுவாகக் கோபுரவாசலினுள் நுழைகிறேன். பதினைந்து அடி விட்டத்தில் வட்டமான அறைபோல் இருக்கிறது. நட்ட நடுவில் செங்குத்தாக உயரும் கம்பம். சுழல் மாடிப்படி கம்பத்தைச் சுற்றி மேலேறுகிறது. திரும்பிப் பார்க்கிறேன். வெளியே இடிபாடுகள் எங்கும் இறைந்து கிடக்கின்றன. படிகளில் ஏறத் தொடங்குகிறேன். கோபுரத்தின் வளைவான உள் சுவரில் அங்கங்கே சிறு காற்றுத்

துவாரங்கள் இருக்கின்றன. கோபுரத்தினுள் காற்று தூய்மையாக இருக்கிறது. லேசான வெளிச்சமும் அங்கு நிறைந்திருக்கிறது.

சற்று நேரம் தொடர்ந்து படிகளில் ஏறியதும் கால் வலிக்கிறது. சுழல் படிக்கட்டில் ஏறுவது இயல்பாக இல்லை. நிமிர்ந்து பார்க்கிறேன். கொஞ்ச தூரத்தில் ஜன்னல் இருப்பது தெரிகிறது. அங்கே போய் வேண்டுமானால் வேடிக்கை பார்த்துக்கொண்டே சற்று நேரம் உட்காரலாம். ஏறுகிறேன். ஜன்னலை அடையும்போது எதிர்ப்புறமும் ஒரு ஜன்னல் இருப்பது தெரிகிறது. கோபுரத்தின் வாசலுக்கு நேர் மேலாக கிழக்குப் பார்த்த ஒரு ஜன்னல். அதற்கு நேர் எதிராக மேற்கு நோக்கி இன்னொரு ஜன்னல். இன்னும் சில படிகள் ஏறிவிட்டால் வறண்ட பூமியும் தூரத்துக் குன்றுகளும் மாலைச் சூரியனும் மேற்கு ஜன்னல் வழியாகத் தெரியும்.

ஏறுகிறேன். கிழக்கு ஜன்னல் தெரிகிறது. அதன் வழியே பார்க்கிறேன். நான் நடந்து வந்த பாதை தெரிகிறது. மண்ணில் பாதி புதைந்திருந்த தூண் தெரிகிறது. திரும்புகிறேன். எதிர் ஜன்னலைப் பார்க்கிறேன். மனம் திடுக்கிட்டு அதிர்கிறது. அங்கே வறண்ட வெளியும் தூரத்துக் குன்றுகளும் இல்லை. அதற்குப் பதிலாகப் பச்சைப் பசேல் என்று கண்ணுக்கெட்டிய தூரம் வரையிலும் வயல்வெளியும், மரங்கள் அடர்ந்த தோப்புகளும் தெரிகின்றன. தொடுவானத்திற்குச் சற்று மேலே காலைச் சூரியன் வெளிர் மஞ்சள் ஒளி வீசி நிற்கிறது. வயல்களின் நடுவேயும் அங்கங்கே சில கருவேல மரங்கள் தெரிகின்றன. வயலின் குறுக்காக ஒரு மண் பாதை போகிறது. அதில் ஒரு ஒற்றை மாட்டு வண்டி போவது தெரிகிறது. பாதையின் இரு புறங்களிலும் குடை பிடித்தாற் போல உடைமரங்கள் வரிசையாக நிற்கின்றன. லேசாகச் சிறு பறவைகளின் ஓசை ஜன்னல் வழியே வந்து காதில் ஒலிக்கிறது.

எப்படி? எங்கிருந்து வந்தது இந்த வயல்வெளி? கீழேயிருந்து பார்க்கும்போது வறண்ட வெளியும் சில இடிபாடுகளும் தூரத்தில் சில குன்றுகளும் மாலைச் சூரியனும்தானே இருந்தன? இதென்ன விந்தை? மறுபுறம் திரும்பி எதிர்ப்பக்கம் இருக்கும் ஜன்னலைப் பார்க்கிறேன். நான் நடந்து வந்த வழி தெரிகிறது. நான் தாண்டி வந்த தூண் அப்போது பார்த்தது போலவே மண்ணில் பாதி புதைந்திருக்கிறது. ஒரு மாற்றமும் இல்லை. பின் இதென்ன இந்தப் பக்கம் மட்டும் இப்படி ஒரு மாற்றம்?

ஒன்றும் புரியவில்லை. இப்போது என்ன செய்வது? மேலே ஏறிப் போவதா? அல்லது பேசாமல் கீழே இறங்கிப் போய்விடுவதா? ஒரு புறம் லேசான பயம். இன்னொரு புறம் ஆவல். உடனடி அபாயம் ஏதுமில்லை. போய்ப் பார்த்தால்தான் என்ன? சரி,

இன்னும் கொஞ்ச தூரம் போய்ப் பார்க்கலாம். பிறகு முடிவு செய்துகொள்ளலாம். மேலே ஏறுகிறேன்.

கொஞ்ச தூரம் ஏறியதும் மேலும் ஜன்னல்கள் தூரத்தில் தெரிகின்றன. இங்கே என்ன தெரியும்? இரண்டு பக்கமுமே எதிர்பாராத காட்சி தெரியுமா? இந்தக் கோபுரத்தின் ஜாலம் என்ன? ஏறுகிறேன். ஜன்னல் வருகிறது. முதலில் கிழக்கு ஜன்னல் வழியாகப் பார்க்கிறேன். எதிர்பாராததை எதிர்பார்த்துப் பார்க்கிறேன். எதிர்பாராதது ஒன்றுமில்லை. நான் நடந்து வந்த வழியும் பாதி மண்ணில் புதைந்த தூணும்தான் தெரிகின்றன. சரி, எதிர்ப்பக்கம் என்ன தெரிகிறது? பச்சை வயல்வெளி இன்னும் விரிந்து தெரியுமா? திரும்புகிறேன்.

ஆச்சரியமும் அதிர்ச்சியும் மனத்தைத் தாக்குகின்றன. உடல் அதிர்ந்து நடுங்குகிறது. ஜன்னல் வழியாக வெள்ளை வெளேரென்று எங்கும் பனி படர்ந்து விரிந்த மலைத்தொடர் தெரிகிறது. வெண்மையின் பிரகாசத்தில் கண்கள் கூசுகின்றன. உயரமான மலைகள். சிகரங்கள் நெடிதுயர்ந்து வான் நோக்கி நிமிர்ந்து நிற்கின்றன. எப்படியும் கலைத்து விட முடியாத பிரும்மாண்டமான அமைதி ஜன்னல் வழியே உள்ளே வந்து தாக்குகிறது. திரும்பி மறு ஜன்னலைப் பார்க்கிறேன். இடிபாடுகள் நிறைந்து கிடக்கும் மாலைநேரம். மறு பக்கத்தில் பனி படர்ந்த மலைத்தொடர்! இதென்ன வினோதம்?

இப்போது என்ன செய்யப் போகிறேன்? மேலேயா கீழேயா? இவ்வளவு தூரம் வந்தாகிவிட்டது. போய்ப் பார்த்துவிட வேண்டியதுதான். ஏறுகிறேன். இருநூறு அடி ஏறியாகிவிட்டது. இன்னும் நூறு அடி ஏறவேண்டும். அங்கும் இரண்டு ஜன்னல்கள். அங்கே என்ன தெரியப் போகிறது? போய்ப் பார்த்துவிடலாம். மெல்ல ஏறுகிறேன். கால் கொஞ்சம் வலிக்கிறது. ஒவ்வொரு படியாக ஏறுகிறேன்.

சற்று நேரத்தில் ஜன்னல்களை நெருங்கி விடுகிறேன். படிகள் முடிந்து தளம் ஒன்று வருகிறது. ஏறுகிறேன். தளத்தை அடைகிறேன். இப்போது கோபுரத்தின் உச்சியில் இருக்கிறேன். ஏறக்குறைய ஏழடி விட்டத்தில் வட்டமான அறை போன்ற அமைப்பில் அந்தத் தளம் இருக்கிறது. இங்கே ஜன்னல்கள் தரையிலிருந்து தொடங்கி ஏழடி உயரத்திற்கு வாசல்களைப் போல் இருக்கின்றன. வழக்கப்படி கிழக்குப் புற ஜன்னல்தான் முதலில். ஜன்னலின் அருகில் வந்து நிற்கிறேன். பார்க்கிறேன். முன்பு போலவே நான் நடந்து வந்த பாதை. மண்ணில் பாதி புதைந்த கல் தூண். தூரம் அதிகமாகி இருக்கிறது. இடிபாடுகளின் மேல் அடிக்கும் வெய்யிலில் சற்று செம்மை கூடி இருக்கிறது. காற்று வீசுகிறது. வெகு தூரத்திற்குப்

நான் காணாமல் போகும் கதை

புராதன நகரத்தின் இடிபாடுகளும் நான் கடந்து வந்த ஊரும் தெரிகின்றன.

திரும்ப வேண்டும். இன்னொரு ஜன்னல், அல்லது வாசல் வழியாக இந்த முறை என்ன தெரியப் போகிறது? மெதுவாக, மிகவும் மெதுவாகத் திரும்புகிறேன். அந்த வாசலை நோக்கி நடக்கிறேன். அருகில் வருகிறேன். நிற்கிறேன்...!...இது என்ன? எங்கே இருக்கிறேன் நான்? எங்கே வந்து சேர்ந்திருக்கிறேன்? என்ன இது?

வாசலுக்கு வெளியே எல்லையற்ற பெருவெளி! பெருவெளி முழுவதும் நட்சத்திரங்கள்!

வாசலின் இரண்டு பக்கத்தையும் இறுக்கப் பிடித்துக் கொண்டு மெல்ல எட்டிப் பார்க்கிறேன். மேலேயும் கீழேயும், வலது புறமும் இடது புறமும், எதிரேயும், சிறியதும் பெரியதுமாக நட்சத்திரங்கள். வெறும் நட்சத்திரங்கள்! வெளி முழுவதும் இருட்டாக இருக்கிறது. இருள்வெளியின் பின்னணியில் எவ்வளவு நட்சத்திரங்கள்! எவ்வளவு பிரகாசம்!

அந்த வெளியின் ஆழத்திலிருந்து ஓர் அழைப்பு கேட்கிறது. ஓசை இல்லை. அழைப்பு மட்டும் கேட்கிறது. மனத்தையும் தாண்டிய உள்வெளியில் அந்த அழைப்பு கேட்கிறது. உடலும் மனமும் அந்த அழைப்பில் ஈர்க்கப்படுகின்றன. அந்தப் பெருவெளிக்குள் குதித்துவிட வேண்டும்போல் இருக்கிறது. உடலும் மனமும் ஒரு கணம் தயங்குகின்றன. கால்கள் பின்னே இழுத்துக் கொள்கின்றன. ஒரு கணம்தான். உள்ளே ஏதோ ஒன்று அந்த அழைப்பை ஏற்றுக்கொள்கிறது. தயங்க வேண்டிய தில்லை. குதித்து விட வேண்டியதுதான். வாசலின் பக்கங்களைப் பிடித்திருந்த பிடியை மெல்ல விடுகிறேன். வாசலில் போய் நிற்கிறேன். பார்க்கிறேன். எல்லாத் திசைகளிலும் பரந்து விரிந்து நிறைந்திருக்கிறது அந்த வெளி.

குதிக்கிறேன். கணக்கற்று நட்சத்திரங்கள் எங்கும் நிறைந்திருக்கும் எல்லையற்ற பெருவெளிக்குள் குதிக்கிறேன். விழுகிறேன். விழுந்துகொண்டே இருக்கிறேன். நட்சத்திரங்கள் நிறைந்திருக்கும் அந்த வெளி நான்தான் என்ற உணர்வு இருக்கிறது. நட்சத்திரங்கள்? அவையும் நான்தான். சரி, விழுவது? அதுவும் நான்தான். விழுந்துகொண்டிருக்கிறேன். எவ்வளவு நேரம் என்று தெரியவில்லை. விழுவது நிற்கவில்லை. மேல் கீழ் என்று திசை எதுவும் தெரியவில்லை. சுற்றிலும் எங்கும் அடர்த்தியாக நட்சத்திரங்கள்.

விழுந்துகொண்டே இருக்கிறேன். எனக்குள் நானே விழுந்துகொண்டிருக்கிறேன். நட்சத்திரங்களின் அடர்த்தி குறைந்துகொண்டே வருவதுபோல் இருக்கிறது. இன்னும் இன்னும் குறைகிறது. இப்போது தூரத்தில் அங்கொன்றும் இங்கொன்றுமாக நட்சத்திரங்கள் மினுக்குகின்றன. விழும் வேகம் குறைந்திருக்கிறது. வெகுவாகக் குறைந்திருக்கிறது. மெல்ல மெல்ல மிதந்து எங்கோ படிவதுபோல் இருக்கிறது. ஆனால் படியவில்லை. இன்னும் மிதந்து மெல்ல மூழ்குவதுபோல் இருக்கிறது. இப்போது மெதுவாக எங்கோ நிலைப்பது போன்ற உணர்வு இருக்கிறது. நிலைக்கிறேன்.

எதுவுமில்லை. நட்சத்திரங்கள் இல்லை. வெளி இல்லை. உடல் தெரியவில்லை. மனம் தெரியவில்லை. குறிப்பிட்ட எதுவும் தெரியவில்லை. ஆனால் நிறைந்திருக்கும் உணர்வு இருக்கிறது.

எது? எது நிறைந்திருக்கிறது? தெரியவில்லை. ஒரு மென்மையான ஒளி அலைஅலையாய் மெல்ல எங்கும் பரவுகிறது. அந்த ஒளிப்படலத்திற்குத் தான் இருப்பது தெரியும் என்கிற உணர்வு ஏற்படுகிறது.

'இது என்ன இடம்?' என்று ஒரு கேள்வி எழுகிறது.

'இது ஒரு இடம் இல்லை,' என்ற பதில் வருகிறது, பரவிக்கொண்டிருக்கும் ஒளிப்படலத்திடமிருந்து. ஒளியின் தீட்சண்யம் கூடுகிறது.

'இடம் இல்லையென்றால்? பின் நான் எங்கிருக்கிறேன்?'

'இங்குதான். ஆனால் நீ வேறு, நீ இருக்கும் இடம் வேறு அல்ல.'

'அது எப்படி? நான் இங்கு வருவதற்கு முன்பே இந்த இடம் இருந்திருக்க வேண்டும் இல்லையா? அப்போதுதானே நான் இங்கு வர முடியும்?'

'இதற்கு முன்பு நீ அந்த கோபுர உச்சிக்கு எப்போதாவது போயிருக்கிறாயா? அங்கிருந்து குதித்திருக்கிறாயா? நட்சத்திரங் களின் ஊடே விழுந்திருக்கிறாயா?'

'இல்லை. முன்னெப்போதும் இல்லை.'

'இது புதியது. இப்போது நீ இருக்கும் இந்த இடமும் நீயும் ஒன்றுதான்.'

'இந்த இடம் இதற்கு முன் இருந்ததா இல்லையா?'

நான் காணாமல் போகும் கதை

'இது இருந்தது என்றோ இல்லை என்றோ சொல்ல முடியாது. ஆனால் இப்போது நீ இதுவாக இருக்கிறாய் என்பது மட்டும் உண்மை. கேள்விகள் கேட்காமல் சற்று அமைதியாக இரு.'

ஒளி அலைகள் இன்னும் விரிகின்றன. பிரும்மாண்டமான மலர் ஒன்று இதழ் இதழாக மலர்வதைப் போல ஒளி அலைகள் விரிகின்றன. அந்த விரிதலை எனக்குள் உணர்கிறேன். ஒளியால் ஆன மலராக நான் மலர்ந்து கொண்டிருக்கிறேன்.

தொடர்ந்து நான் காணாமல் போய்க்கொண்டிருக்கும் கதையை வேறு எப்படிச் சொல்வது என்று எனக்குத் தெரியவில்லை. இது ஒரு கதைகூட இல்லையோ என்று தோன்றுகிறது. இதைச் சொல்லிக்கொண்டிருக்கும் நானும் காணாமல்தான் போய்க்கொண்டிருக்கிறேன். சொல்லச் சொல்லக் காணாமல் போய்க்கொண்டிருக்கிறேன். இவ்வளவு சொல்லி முடித்தும் எதுவுமே சொல்லவில்லை போலிருக்கிறது. இன்னும் சொல்வதற்கு ஏதாவது இருக்கிறதா? அப்படியும் சொல்ல முடியவில்லை. காணாமல் போவதைப் பற்றி ஒருவன் என்ன சொல்ல முடியும்?

ஒன்றும் சொல்லவில்லை. சொல்ல ஒன்றுமில்லை.

...

பின்னுரை

2004 வசந்தகாலத் தொடக்கத்தில் கலிஃபோர்னியாவிலிருக்கும் யோஸமிட்டிக்குச் சென்றிருந்தபோது அனுபவித்த அந்தக் காட்சியை என்னால் மறக்க முடியாது. மெர்சீட் ஓடை ஒரு புடவையின் அகலத்தில் ஓடிக்கொண்டிருந்தது. அதனருகில் மணற்படுகை. படுகையை அடுத்து முழங்கால் வரை வளர்ந்த கோரைப் புற்கள். போன கோடையில் காய்ந்தவைகளும், இந்த வசந்தத்தில் முளைத்தவையுமாகச் சேர்ந்து சாம்பல் மற்றும் பச்சை வண்ணங்களில் உயிர்ப்பின் இரு துருவங்களையும் உணர்த்திக்கொண்டிருந்தன. சுற்றிலும், சூழலின் அமைதியைக் காவல் காக்கும் ஊசியிலை மரங்கள். மரங்களின் அடர்த்திக்கு அப்பால் மலையுயர பிரம்மாண்டமான கரும்பாறைகள். அவற்றிலிருந்து மாவாய்க் கசியும் நீரருவிகள்.

மணற்படுகையில் ஓடையின் தடம் தவிர வேறு மனிதக் கால்களின் தடங்களே இல்லை. எப்பொழுதோ அடித்து வந்த மரத்தின் ஓர் அடித்துண்டு, ஓடும் நீர் இழைத்தெடுத்த வழவழப்புடன் படுகையில் ஒதுங்கியிருந்தது. அது நன்கு பருத்த அடிமரம். அதன் மேல் சென்று நானும் என் மனைவியும் ஓடையைப் பார்த்து அமர்ந்துகொண்டோம். ஓடைநீர் பளிங்கு போல் தெள்ளத் தெளிவாக இருந்தது. அதனடியில் விதவிதமான வடிவங்களில் இருந்த

கோதுமை நிறக் கூழாங்கற்கள் வெங்கதிரில் மினுமினுத்தன. அவற்றின் மேல் நீர் பின்னிப் பின்னி ஓடிக்கொண்டிருந்தது.

நீரின் மெல்லிய சலசலப்பு. இளங்காற்றில் நனைந்திருக்கும் மரங்களின் சரசரப்பு. தூரத்தில் எங்கோ ஒரு பறவை ஒலி. உற்றுக் கேட்டால் காற்றைக் கிழித்திறங்கும் அருவி ஓசை. மௌனம்தான் இந்த ரம்மியத்தை மரியாதை செய்யும் என்னும் பாவனையோடு நாங்கள் பேச்சற்று அமர்ந்திருந்தோம்.

சிறிது நேரம் கழித்து எங்களது காருக்கு நடந்து போகும் பொழுது மெர்சீட் ஓடையருகே என்னை நானே புதிதாகக் கண்டது போல் உணர்ந்தேன். ஆனால் மறுகணமே அந்தப் புதிய 'நான்' – ஐ அங்கேயே ஓடையுடன் விட்டுவந்துவிட்டேன் என்றும் தோன்றியது.

மேற்கூறியதைப் போல் நம்மை நாமே தொலைத்துவிட்டு வரும் தருணங்கள் யாருக்கும் வரக்கூடியதுதான். அவ்வாறு காணாமல் போகும் தருணங்களை, மனத்திரையை விலக்கி என்றுமே அசை போட்டிருக்கமாட்டோம். எழுத்தாளர் ஆனந்த் இத்தருணங்களைக் கோர்த்துச் சிறிய புதினமொன்றைப் படைத்திருக்கிறார். 'நான் காணாமல் போகும் கதை' மென்காற்று புரட்டிப்போடும் புத்தகத்தின் பக்கத்தைப் போல, வரிசை துறந்து, ஆசிரியரின் அனுபவங்களை அடுக்கிக்கொண்டே போகிறது.

கடற்கரையில் மணலில் புதைந்தும் புதையாமல் கவிழ்ந்து கிடக்கும் சிப்பி சில சமயத்தில் நம் கவனம் கவர்ந்துவிடும். எடுத்து மணல் தட்டித் திருப்பிப் பார்த்தால், அதன் மேல் விதவிதமான வண்ணங்களில் கோலங்கள் கிடக்கும். சட்டென்று அரிய பொருளாய் நமக்குத் தோன்றிவிடும். அதுபோல ஆனந்தின் இப்புதினமும் தற்செயலாக நண்பரின் புத்தகக் களஞ்சியத்தில் கண்ணில்பட்ட அரிய நூல்.

இந்தப் புத்தகத்தில், கதை மாந்தர்கள், அவர்களின் குணாதிசயங்கள், நடத்தைகள், சம்பவக் கோர்வைகள், திருப்புமுனை அத்தியாயங்கள் என நாடகத்தின் கூறுகள் இல்லை. மனோரஞ்சகத்தை நோக்கமாக வைத்து, யதார்த்தத்தைத் துறந்து ஏதோ கற்பனை உலகில், காதலன், காதலியைச் சேர்வதும் பிரிவதுமான கதையும் இதில் இல்லை. இருந்தும் ஆசிரியர் முன்வைக்கும் அனுபவங்கள் சில, நம் எல்லாருக்கும் ஏதோ ஒரு வகையில் மிகவும் நெருக்கமாகி நம் ஆழத்தில் இறங்குவதுதான் இந்த நூலை அறிமுகப்படுத்தத் தூண்டியது. முதலில் சில அனுபவங்களைப் பார்ப்போம்.

கதாநாயகன் (என்று சொல்லலாம். அவனைத் தவிர குறிப்பிடும்படியாக வேறு யாரும் கதையில் இல்லை) சில நண்பர்களுடன் மலை ஒன்றில் ஏறுகிறான். பாறைகளைப் பிடித்துப் பிடித்து ஏறிச் செல்கையில் நடுவே ஜைன சிற்பங்கள் கொண்ட மடம் வருகிறது. அதனுள்ளே இரண்டடி உயரமுள்ள ஒரு துவாரம் தெரிகிறது. அங்கிருக்கும் குருக்கள் அது வேறு ஒரு குகைக்குப் படுத்தபடி போகும் பாதை என்கிறார். பயத்துடன் கதாநாயகனும் நண்பர்களும் பயணிக்கிறார்கள். இருளில் தவழ்ந்து தவழ்ந்து அவர்கள் சென்றடையும் இடத்தில் ஒரு சிறிய குகையறை இருக்கிறது. எங்கிருந்தோ அதனுள் ஒளி கசிகிறது. சுத்தமான காற்று அங்கே நிரம்பியிருக்கிறது. சந்தடிகளற்ற அமைதியான இடம் என்று புரிந்துவிடுகிறது. தியானம் செய்ய ஏற்ற இடம் என்று குருக்கள் முன்சொன்னதை நம்பமுடிகிறது. இந்தக் காட்சியை விவரிக்கும் போது தாயின் கர்ப்பப்பைக்குள் மீண்டும் பயணித்து அடைவதற்கு ஒப்பிடுகிறார். ஒப்பிடலின் பொருத்தத்தால் குகையறையை விட்டு அவர்கள் வெளியேறும் போது, வாசிக்கும் நமக்கு அவர்கள் மீண்டும் பிறக்கிறார்களோ என்று கேட்கத் தோன்றுகிறது. இப்படிக் கேட்க இன்னொரு காரணம், குகைக்குள் சென்று அமைதியை உள்வாங்கித் தாயின் கருப்பைக்கு அதை ஒப்பிட்டவனை வெளியில் வரும்போது காணவில்லை.

ஊர் ஊராக பஸ்களில் பயணிக்கும்போது வழக்கமாகக் கண்ணில் படும் காட்சியை ஒரு பகுதியில் விவரிக்கிறார். கீழே சாலை. இரு பக்கமும் மரங்கள். மரங்களுக்கு அப்பால், வயல்கள், வீடுகள், வெட்டவெளிகள், நகரக் கட்டடங்கள் எனக் காட்சிகள் வேகமாக மாறுகின்றன. தூரத்தில் முன்னே தொடுவானமருகில் சாலை ஒரு புள்ளியில் குவிகிறது. மரங்களும், வீடுகளும் வயல்களும்கூட. பஸ்ஸின் பின்னால் பார்க்கையில் அங்கும் வேகமாகப் பின்னகரும் மரங்கள், வீடுகள், காட்சிகள். அங்கும் எல்லாம் தொடுவானத்தில் பின்னால் சென்று ஒரு புள்ளியில் குவிகின்றன. பயணிக்கும் பயணிக்காக உலகமே ஒரு புள்ளியில் தோன்றிப் பெரிதாகி, மற்றுமொரு புள்ளியில் சென்று குவிந்து மறையும் பாவனையே அந்தக் காட்சி. பயணம் நிற்கும்போது உலகம் அதன் நிலைப்புத் தன்மையை மீட்டெடுக்கிறது என்று இந்த அனுபவத்தை முடிக்கிறார் ஆசிரியர். யதார்த்த உலகின் பன்முகப் பரிமாணத்தில் நாம் பார்க்காத பக்கம் புலப்படுவதுபோல் தோன்றுகிறது.

நிகழ்வுகளை மட்டுமே வரிசைப்படுத்தாமல் கனவுகளிலும் நிறைய திளைக்க வைக்கிறார் ஆசிரியர். கதாநாயகனைத் தூக்கிச்

செல்லும் அன்னபட்சி கொடூரப் பறவையாக மாறிப் போவது போன்றும், சந்நியாசி மடத்தில் நெடுநாளாக அழைக்காத தலைமை சந்நியாசி அன்று கதாநாயக சந்நியாசியை அழைத்து பிரபஞ்சத்தின் மையத்தை உணர்த்துவது போன்றும் வித்தியாசமான கனவுகள். மேலும் சில கனவுக்குள் கனவுகள். அதில் ஒன்றில் நூலகம் முழுதும் தன்னுடைய கேள்விக்கு விடை தேடுகிறான் கதாநாயகன். பல நாட்களாக, ஒவ்வொரு புத்தகமாக எடுத்தெடுத்துப் பார்க்கிறான். தேடுவதற்கு எடுத்தவற்றை ஞாபகம் வைத்துக்கொள்ள, இடம் மாற்றாமல் மீண்டும் அதனிடத்திலேயே வைத்துவிடுகிறான். அன்று நூலகம் மூடும் நேரத்தில் அவ்வாறு வைக்கப் போகையில் சுவரில் பதித்த ஒரு பீங்கான் ஓடு அவனது கவனத்தைக் கவருகிறது. கூர்ந்து நோக்குகையில் அதில் ஒரு பழங்காலத் தமிழ்ப்பாடல். அதன் அர்த்தம் முதலில் அவனுக்குப் புரியவில்லை. மீண்டும் மீண்டும் படிக்கையில் அவனது கேள்விக்கான பதில் அதுதான் என்று ஞானோதயம் பிறக்கிறது. அக்கனவிலிருந்து வெளிக்கனவுக்கு வருகையில் ஓர் அமைதி அவனது மனதில் நிறைகிறது. அந்நிறைவுடன் வெளிக்கனவிலிருந்தும் மீள்கிறான். ஆனால் என்ன கேள்விக்கு அப்படி விடை தேடினோம், விடை என்ன என்பவை மட்டும் மீண்டபின் மறந்துவிடுகின்றன.

கனவு தவிர நினைவிருக்கும்பொழுதே சில கற்பிதங்கள் *(fantasies)* எழுகின்றன. அவற்றில் முக்கியமாக ஆசிரியர் விவரித்திருப்பது மரணதேவனுடனான சந்திப்பு. மரணத்திடம் மட்டுமே மரணம் சம்பந்தப்பட்ட கேள்விகளுக்கு விடை கிடைக்கும் என்று, தைரியமாக மரணத்தை அழைக்கிறார். அதனுடனான அவரது உரையாடல் மிகவும் ரசிக்கத் தக்கதாக இருக்கிறது. இன்னொரு கற்பிதத்தில் ஆசிரியரின் பிரதியாக இன்னொருவன் அவனுடனே வாழ்ந்துவருகிறான். அவனுக்குப் பிரபுதத்தன் என்று பெயரிடுகிறார். அவனோடு உரையாடுகிறார். சமயத்தில் அவனும் காணாமல் போகிறான்.

புத்தகத்தில் பதிவாகியிருக்கும் இப்படித் தொடர்பற்ற பல சிந்தனை இழைகளைப் பிரித்தும் கோர்த்தும் பார்த்தால் பெயரற்ற ஒரு தளத்தில் எல்லாம் உறவுகொண்டிருக்கின்றன என்று புரிகிறது. வழக்கத்திற்கு மிகவும் மாறுதலான புத்தகம்.

கண் மங்கிய வயோதிகனின் கை பிடித்து, வழியில் நடப்பதை விவரித்துச் சொல்லி அழைத்துப்போகும் சிறுமியைப் போல நம்மை ஆசிரியர் அவரது அனுபவங்களுக்குள் அழைத்துப்

போகிறார். தெள்ளத் தெளிவான நடை நம்மைக் கவர்ந்திழுக்கிறது. நூறு பக்கங்கள் மட்டுமே கொண்ட சிறிய புத்தகம் என்பதும் வாசிக்க ஊக்கப்படுத்துகிறது.

புனைவின் வடிவ எல்லைகளையும், மரபுகளையும் தாண்டி, ஆழ்ந்த சுய பிரதிபலிப்பு எழுத்தாக இது மலர்ந்திருக்கிறது. ஆழ வாசித்தால் அந்தப் பிரதிபலிப்பில் வாசகனும் தன் முகத்தைப் பார்க்கலாம்.

மனுபாரதி

ஆனந்தின் பிற நூல்கள்
(காலச்சுவடு வெளியீடு)

இளவரசி கவிதைகள்
(கவிதைகள்)
ரூ. 390

காலடியில் ஆகாயம்
(கவிதைகள்)
ரூ. 60

அளவில்லாத மலர்
(கவிதைகள்)
ரூ. 65

அவரவர் கைமணல்
(கவிதைகள்)
ஆனந்த் – தேவதச்சன்
ரூ. 90

சுற்றுவழிப்பாதை
(தேடியதும் தொடக்கத்திற்குத்
திரும்பியதும்)
(நாவல்)
ரூ. 795

காலவெளிக் காடு
(பிரக்ஞைவெளி குறித்த
கட்டுரைகள்)
ரூ. 180

கவிதை என்னும்
வாள்வீச்சு
(கட்டுரைகள்)
ரூ. 100

காதலின்
புதிய தடம்
(மாறிவரும்
உறவுத் தளங்கள்)
(கேள்வி – பதில்)
ரூ. 150